నందిపిల్లి-గురజాడ-కన్యాశుల్కం

వృద్ధుల కళ్యాణరామారావు

ఛాయ

హైదరాబాద్

NANDIPILLI - GURAJADA - KANYASULKAM
Essays

Author :
VRUDDHULA KALYANA RAMARAO

©author

First Edition:
December, 2023

Copies: 500

Published By:
Chaaya Resources Centre
103, HarithaApartments,
A-3, Madhuranagar,
HYDERABAD – 500038
Ph: (040) - 23742711
Mobile: +91-709310 65151
email: chaayaresourcescentre@gmail.com

Publication No.: CRC- 93
ISBN No. 978-93-92968-55-6

Book Design : Kranthi

For Copies:
All leading Book Shops
https:/amzn.to/3xPaeId
bit.ly/chaayabooks

విషయసూచిక

BOOK 1

BOOK 2

రచయిత ముందుమాట - కృతజ్ఞతలు

గురజాడ వారి 'కన్యాశుల్కం' నాటకం (రెండు కూర్పులూ కూడా) ఎన్ని సార్లు చదివినా, సాహిత్యం మీద ఆసక్తి ఉన్న వాళ్ళకు, విసుగనిపించదు. చదివిన ప్రతీసారీ ఏదో ఓ కొత్త విషయం గ్రహిస్తూనే ఉంటాం. ఈ నాటకం మీద ఎన్ని పరిశోధనలు చేసినా ఇంకా పరిశోధనలకు కొత్త విషయాలు మిగిలే ఉంటాయి. (కందుకూరి వీరేశలింగం గారి 'కన్యాశుల్కం' అనే ఓ చిన్న ప్రహసనం గురజాడ రాసిన 'కన్యాశుల్కం' మొదటి కూర్పు కంటె ముందే వచ్చినా ఎవరూ పట్టించుకోరు). మా స్వగ్రామం పూర్వపు విశాఖపట్నం జిల్లాలో 'పెదనందిపల్లి అగ్రహారం'. 'నందిపిల్లి' అని పిలుస్తారు.

1965లో మా మాతామహులు కీ. శే. శ్రీ పేరి సుబ్బరాయ శాస్త్రిగారు నందిపిల్లి లో జరిగిన కొన్ని సంఘటనలకీ గురజాడ 'కన్యాశుల్కం' ఆవిర్భావానికీ ఉండే సంబంధం చెప్పేరు. అది ఏ పరిశోధకులకీ తెలీని విషయం. 16 ఏళ్ళ వయసులో నా మీద బలమైన ముద్ర వేసిన విషయం అది. 2012లో విశాఖపట్నం పబ్లిక్ లైబ్రరీ హాలులో కన్యాశుల్కం నాటకంలోని వివిధ పార్శ్వాల మీద ఓ రెండు పూర్తి రోజుల చర్చ జరిగింది. అందులో నాటకంలోని 'పేకాట' సీను వివరించే ప్రసంగం నేను చేసేను. అప్పుడు ఆ ఆట గురించి ఓ వీడియో చూపించేను. ప్రసిద్ధ సాహిత్య పరిశోధకులు కీ. శే. కడియాల రామమోహన రావు గారు అది చూసి, నా దగ్గరకొచ్చి, 'నాటకంలో ఈ పేకాట సీను ఒక్కటే నాకు అర్థం కానిది. మన పరిచయం ముందే అయ్యుంటే బాగుండును' అన్నారు. అప్పుడు నేను మా తాతగారు చెప్పిన విషయాలు ఆయనకు చెప్పేను. వెంటనే

చాలా exite అయిపోయి 'మీరు దీనిమీద ఓ పుస్తకం ఎందుకు రాయకూడదు' అన్నారు. అప్పుడూ ఈ పుస్తక రచనకు మెదడులో మొదటి బీజం పడింది.

అనాటినుండీ కన్యాశుల్కం నాటకంలో ప్రస్తావించిన అని ఊర్లూ తిరిగి, పెద్దలతో మాట్లాడి, చాలా విషయాలు ధృవపరుచుకున్నాను. 2017 నవంబర్లో నాకు షుగర్ లెవెల్స్ బాగా పెరిగిపోయి ఓ హాస్పిటల్ లో join అయ్యేను. Vertigo కూడా ఉండేది. చాలా anxiety వల్ల రెండురోజులు రాత్రి నిద్రలేదు. ఆ సమయంలో మనసు మళ్ళించుకుందికి ఈ పుస్తకంలోని విషయం తాలూకా rough sketch రాసుకున్నాను. ఆ విధంగా ఈ పుస్తకం ప్రారంభం అయింది. ఆ రెండు రోజులూ నాభార్య విజయలక్ష్మి కి సరిగ్గా నిద్రలేదు. రాత్రి 4-5 సార్లు నేను బాత్రూమ్ కి వెళ్ళినప్పుడు పడిపోకుండా నన్ను పట్టుకోవడం, దగ్గరనుండి అన్ని సేవలూ చెయ్యడం ఆవిడ పనులు. ముందుగా ఓ మూడునెలల పాటు facebook లో రోజూ పోస్టులు పెట్టేను. మంచి response వచ్చింది. పూర్తిగా భిన్నమయిన comments కూడా రావడంతో ఈ subject తాలూకా relevance ఇంకా ఉందని గ్రహించేనుపుస్తక రూపంలో తెద్దామని నిర్ణయించేను. 4 ఏళ్ళు బద్ధకించేను.

ఆఖరికి పుస్తకం draft పూర్తయిన తరువాత ఓ పెద్ద commercial publisher ని consult చేసేను. దాని యజమాని నాకు మిత్రుడు. ఆయన నన్ను పూర్తి commercial publisher కి ఇస్తే ఉండే ఇబ్బందులు చెపుతూ, "సాహిత్యంలో మంచి అభిరుచి ఉన్న ఓ మంచి , పుస్తక వ్యాపారమే ప్రధానం కాని, ఓ publisher ను ఎంచుకోండి" అని సలహా ఇచ్చేడు. అప్పుడు జాగ్రత్తగా ఫేస్ బుక్ follow అవుతూ 'ఛాయా' కృష్ణమోహన్ గారిని ఎన్నుకుని contact చేసేను.కృష్ణ మోహన్ గారు T. క్రాంతి గారికి మొత్తం matter ని ఇమ్మన్నారు. ఆయన చాలా కష్టపడి పుస్తకం తాలూకా మొదటి రూపం draft ఇచ్చేరు. దాని proof readingలు, కొన్ని మార్పులూ చేయడంలో నా దగ్గర చాలా ఆలస్యం అయింది. ఎలాగో నేను చెయ్యవలసిన పనులు చేసి ఆయనకు ఇచ్చేను. కొంత అనారోగ్యం వల్ల ఈమాటు ఆయన దగ్గర ఆలస్యం అయింది. ఆయన corrections చేసి మళ్ళీ నాకు final approval కు పంపేరు. ఈమాటు కొద్దిరోజుల్లోనే పని పూర్తి చేసి ఆయనకు పంపేను. చివరకు చాలా అందంగా పుస్తకం వచ్చింది. 'ఛాయా' కృష్ణమోహన్ గారు చక్కని ప్రింట్ చేయించేరు. అదే మీ చేతుల్లో ఉన్న ఈ

పుస్తకం. ముందుగా కీ.శే. పేరి సుబ్బరాయశాస్త్రి, కడియాల రామమోహనరావు గార్లకు కృతజ్ఞతలు. నా భార్య చి.సౌ. వృద్ధుల విజయలక్ష్మికి కృతజ్ఞతలు. పోస్టులు చదివిన చాలా మంది facebook మిత్రులకు కృతజ్ఞతలు. శ్రీ T. క్రాంతి గారికీ, శ్రీ కృష్ణమోహన్ గారికీ, ముద్రణాలయం వారికీ కృతజ్ఞతలు.

విశాఖపట్నం
డిసెంబర్ 2023
వృద్ధుల కళ్యాణరామారావు

BOOK 1

ఉపోద్ఘాతం

1909లో పబ్లిష్ అయిన 'కన్యాశుల్కం' నాటకం రెండో కూర్పులో ఉన్న ఒక అచ్చుతప్పు మొత్తం ఆ నాటకం రాయడానికి ముందున్న చరిత్రనే మరుగు పరుస్తుంది. ముందుగా ఆ తప్పు గురించి తెలుసుకోవాలి.

కన్యాశుల్కం నాటకం రెండవ కూర్పులో కరటక శాస్త్రి శిష్యుడికి ఆడ వేషం వేయించి రామప్పంతులు దగ్గరకు వచ్చి ఆ పిల్లని ఓ ఊరిలో 1500 రూపాయలుకి అమ్మజూపేనని, వ్యవధి ఉంటే కానీ సొమ్ము ఇవ్వలేనన్నారని, ఋణబాధ ఎక్కువగా ఉందనీ, ఎక్కడయినా పెళ్లి చేయించమని వేడుకుంటాడు. రామప్పంతులు లుబ్ధావధానులు తో మళ్ళీ ఈ విషయం చెపుతూ ఏ ఊరిలో గుంటూరు శాస్తుల్లు పిల్లను అమ్మజూపేడో చెపుతాడు. రెండవ ఎడిషన్ అన్ని పుస్తకాలలోనూ కరటక శాస్త్రి చెపుతున్నప్పుడు 'నల్లబిల్లి' అని అచ్చయి ఉంది. కానీ రామప్ప పంతులు తిరిగి లుబ్ధావధానులుతో చెప్తున్నప్పుడు ఆ ఊరు పేరు 'నందిపిల్లి' అని ఉంటుంది. రామప్పంతులుకి ఊరుపేరు అబద్ధం చెప్పవలసిన అవసరం లేదు. ఆ ఊరు 'నల్లబిల్లి' అయినా అయుండాలి లేక 'నందిపిల్లి' అయినా అయుండాలి. ఏది కరెక్ట్?

పై సందేహ నివారణకు మొదటి కూర్పు చూడాలి (1897). మొదటి కూర్పులో కరటక శాస్త్రి చెప్పినపుడు 'నందిపిల్లి' అని చెపుతాడు. అన్ని పుస్తకాలలోనూ అలాగే ఉంటుంది. ఈ ప్రస్తావన ఒక్కసారే వస్తుంది. అంచేత రెండవ ఎడిషన్‌లో 'నల్లబిల్లి' అచ్చు తప్పు. అది 'నందిపిల్లి'. ఈ mistake ఎవరూ కరెక్ట్

చెయ్యటం లేదు.

నాకు ఎందుకు ఈ బాధ అని మీరడగొచ్చు. 'నందిపిల్లి' మా అసలు ఊరు. అగ్రహారం. గురజాడ అత్తవారి ఊరుకి 4 మైళ్లు. గురజాడ మొదటి కూర్పుకు ముందు visit చేసేడు.

నందిపిల్లి ఊరులో జరిగిన ఒక ముఖ్య సంఘటనకీ కన్యాశుల్కం నాటకం అవిర్భావానికీ విడదియ్యలేని అనుబంధం ఉంది. బహుశా ఆ సంఘటనే జరగ కపోతే కన్యాశుల్కం నాటకం మొదటి కూర్పు పుట్టకపోను. అది లేకపోతే ఇప్పుడు బాగా ప్రసిద్ధిచెందిన రెండో కూర్పూ లేకపోను. ఒకవేళ ఆ సంఘటన జరగక పోయినా మొదటి కూర్పు గురజాడ రాస్తే ఇప్పుడు నాటకంలో ఉండే కొన్ని విషయాలు - సొగసులు ఉండకపోవచ్చు. తెలుగుజాతి ఈ నాటికీ అబ్బురపడే ఒక గొప్ప సాంఘిక నాటకం శాశ్వతంగా కోల్పోయి ఉండొచ్చును లేకపోతే తెలుగు జాతి అసలు పట్టించుకోని ఓ సరుకు లేని నాటకం పుట్టుండును. అంచేత రెండో కూర్పులో ఉన్న ఈ అచ్చుతప్పు ఎప్పుడయినా సరి చేస్తారని ఆశ.

రెండవ కూర్పు మొట్ట మొదట పబ్లిష్ చేసిన వారు వావిళ్ళవారు 1909లో. అప్పుడే ఈ పొరపాటు దొర్లింది. ఇంటర్నెట్‌నెట్ ఆర్కైవ్స్‌లోంచి తీసిన 241 పేజీల నాటకంలో 66వ పేజీలో నల్లబిల్లి అనీ, 106వ పేజీలో నందిపిల్లి అనీ ఉంది. ఆ తరువాత ఈనాటి వరకూ అన్ని పబ్లికేషన్స్‌లోనూ ఈ తేడా

కరట—రుణబాధ చాలా లావుగా వుందండి. రేపటి పున్నంలోగా ఒక దస్తావేజు తాలూకు రూపాయలు చెల్లక పోతే దావా పడిపోతుందండి. యీ పిల్లని నల్లబిల్లిలో వెంకటదీక్షితులుగారికి పదహారు వందలకి అమ్మ నిశ్చయించుకొని తీరా వచ్చేసరికి యిప్పట్లో రూపాయలివ్వలేం. పెళ్ళయిన నెల రోజుల్లో యిస్తావన్నారండి. అందుచేత అది వదులుకొని లుబ్ధావధాన్లుగారు వివాహ ప్రయత్నంలో వున్నారని విని తమ దర్శనానికి వచ్చానండి. యిదిగాని తాము సమకూరుస్తే పది వరహాల సొమ్ము దాఖలు చేసుకుంటాను.

కన్యాశుల్కము - 66/246
రెండవ కూర్పు : వావిళ్ళరామస్వామి శాస్త్రుల్లు & సన్స్
మద్రాస్ - 1909
https://archive.org/details/kanya-sulkam_gurajada_apparao/page/n105/mode/1up

---

లుబ్ధా—బేరం యేం చెప్పాడు?

రామ—బేరం మహా చవకయ్యా. అదే విచారిస్తున్నాను. అతగాడు గుంటూరునుంచి వస్తున్నాడు. అక్కడివాళ్లకి, మనదేశపు కొంపలమ్ముకునే బేరాలతాపీ యింకా తెలియదు. అందుచేత నందిపిల్లిలో పన్నెండు వందలకి సంబంధం కుదుర్చుకున్నాడు. వ్యవధిగాగాని పెళ్లికొడుకువారు రూపాయలు యివ్వలేమన్నారట. ఆ బ్రాహ్మడికి రుణాలున్నాయి వాయిదానాటికి రూపాయలు చెల్లకపోతే దావా పడిపోతుందని యెక్కడయినా పిల్లని అంటగట్టడానికి వ్యాపకంచేస్తున్నాడు. ఒకటి రెండు స్థలాల్లో వెయ్యేసి రూపాయలకి బేరం వొచ్చిందట. పన్నెండు వందలకిగాని యివ్వనని చెప్పాడు.

కన్యాశుల్కము - 106/246
రెండవ కూర్పు : వావిళ్ళరామస్వామి శాస్త్రుల్లు & సన్స్
మద్రాస్ - 1909
https://archive.org/details/kanya-sulkam_gurajada_apparao/page/n105/mode/1up

కనిపిస్తోంది. రెండు ఫోటోలనూ చూడండి.

మొదటి కూర్పు రాసే ముందే ఆయన డైరీలో 'పాత్రలు' అనే హెడ్డింగ్ కింద నందిపిల్లిలో పాత్రల గురించి రాసుకున్నాడు. ఈ విషయం 'మాటా మంతీ' అనే పుస్తకంలో అవసరాల రామారావుగారు రాసేరు. ఫోటో చూడండి. వీటిని బట్టి రెండో కూర్పులో 'నల్లబిల్లి' అన్నది ఒకచోట అచ్చుతప్పే అనీ, రెండు చోట్లా ' నందిపిల్లి ' అనే ఉండాలనీ ఊహించొచ్చు.

అచ్చులో 'నందిపల్లి' అని ఉంది కాని అందరూ 'నందిపిల్లి' అనే పలుకుతారు.

మొదటి కూర్పులో గురజాడ 'నందిపిల్లి' అనే రాసేరు. ఆ కూర్పులో రెండవసారి అసలు ఊరుపేరు ప్రస్తావనరాదు. దీన్నిబట్టి గురజాడ రాయదల్చుకున్నది 'నందిపిల్లి' మాత్రమే అనీ, 'నల్లబిల్లి' కాదని నిస్సందేహంగా చెప్పొచ్చు. దానికి సంభందించిన రెండు ఫోటోలు చూడండి.

పాత్రలు:

పోలంగిరాజు; బూడిదె హరిదాసు; మహాద్రి జగన్నాథం; వైపాపంతులు; చిరంజీవి; బుచ్చిశాస్త్రి; మామేనమామ; నందిపిల్లి పూజారి; ఆ ఇంటి పిచ్చివాడు; కృష్ణంరాజు; వైష్ణవ భిక్షువు; పకాంగి; నీలకమ్మ సిగ్గువాడు; కాళహస్తి; కవి; జంగమ మాదయోగాలు; నండూరి తిరువెంగళాచార్యులు; పులిగడ్డ అరుణాచలం; షరీఫ్; గుంటూరు రాయన; కపిల వీర్రాజు పంతులు; వైల్మాన్ జ్యోతిష్కుడు; సీతన్న; నందిపిల్లి శాస్త్రుల్లు; రైల్వే రాజపుత్రుడు; ఖాసిం; గంగారాం; పార్వతీశ్వర శాస్త్రి; శ్రీనివాసాచార్యులుగారి సింగ్రడి; యామిజాల నరసింహుల్లు; లోకర్;

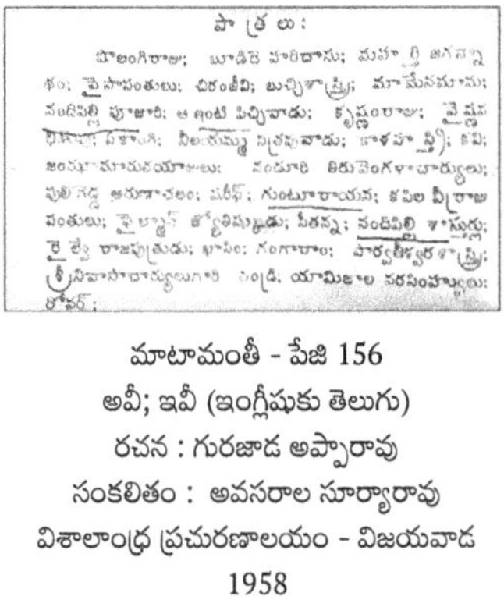

మాటామంతీ - పేజి 156
అవీ; ఇవీ (ఇంగ్లీషుకు తెలుగు)
రచన : గురజాడ అప్పారావు
సంకలితం : అవసరాల సూర్యారావు
విశాలాంధ్ర ప్రచురణాలయం - విజయవాడ
1958

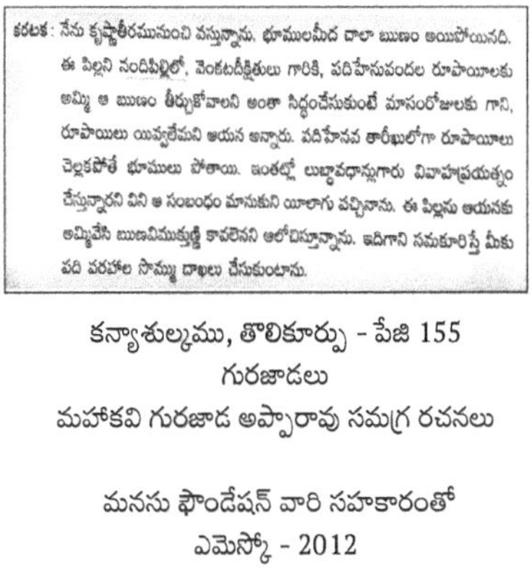

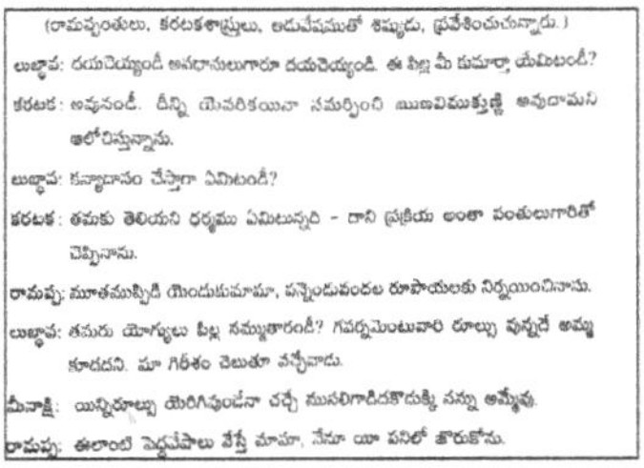

కరటక: నేను కృష్ణాతీరమునుంచి వస్తున్నాను. భూములమీద చాలా ఋణం అయిపోయినది. ఈ పిల్లని నందిపిల్లిలో, వెంకటదీక్షితులు గారికి, పదిహేనువందల రూపాయీలకు అమ్మి ఆ ఋణం తీర్చుకోవాలని అంతా సిద్ధంచేసుకుంటే మాసంరోజులకు గాని, రూపాయిలు యివ్వలేమని అయన అన్నారు. పదిహేనవ తారీఖులోగా రూపాయీలు చెల్లకపోతే భూములు పోతాయి. ఇంతల్లో లుబ్ధావధాన్లుగారు వివాహప్రయత్నం చేస్తున్నారని విని ఆ సంబంధం మానుకుని యీలాగు వచ్చినాను. ఈ పిల్లను అయనకు అమ్మివేసి ఋణవిముక్తుణ్ణి కావలెనని ఆలోచిస్తున్నాను. ఇదిగాని సమకూరిస్తే మీకు పది వరహాల సొమ్ము దాఖలు చేసుకుంటాను.

కన్యాశుల్కము, తొలికూర్పు - పేజి 155
గురజాడలు
మహాకవి గురజాడ అప్పారావు సమగ్ర రచనలు

మనసు ఫౌండేషన్ వారి సహకారంతో
ఎమెస్కో - 2012

(రామప్పంతులు, కరటకశాస్త్రులు, ఆడువేషముతో శిష్యుడు, ప్రవేశించుచున్నారు.)

లుబ్ధావ: దయచెయ్యండీ అవధానులుగారూ దయచెయ్యండి. ఈ పిల్ల మీ కుమార్తా యేమిటండీ?

కరటక: అవునండీ. దీన్ని యెవరికయినా సమర్పించి ఋణవిముక్తుణ్ణి అవుదామని ఆలోచిస్తున్నాను.

లుబ్ధావ: కన్యాదానం చేస్తారా ఏమిటండీ?

కరటక: తమకు తెలియని ధర్మము ఏమిటున్నది - దాని ప్రక్రియ అంతా పంతులుగారితో చెప్పినాను.

రామప్ప: మూతముప్పిడి యెందుకుమామా, పన్నెండువందల రూపాయలకు నిర్ణయించినాను.

లుబ్ధావ: తమరు యోగ్యులు పిల్ల నమ్ముతారండీ? గవర్నమెంటువారి రూల్సు వున్నదే అమ్మ కూడదని. మా గిరీశం చెబుతూ వచ్చేవాడు.

మీనాక్షి: యిన్నిరూల్సు యెరిగివుండేనా చచ్చే ముసలిగాడిదకొడుక్కి నన్ను అమ్మేవు.

రామప్ప: ఈలాంటి పెద్దపేపాలు వేస్తే మామా, నేనూ యీ పనిలో శౌరుకోను.

కన్యాశుల్కము, తొలికూర్పు - పేజి 159
గురజాడలు
మహాకవి గురజాడ అప్పారావు సమగ్ర రచనలు

మనసు ఫౌండేషన్ వారి సహకారంతో
ఎమెస్కో - 2012

1

సాంప్రదాయ కవులు ఇష్టదేవతా ప్రార్థనతో మొదలెట్టేవారు. నేను కూడా ఆ సంప్రదాయం పాటిద్దామనుకుంటున్నాను. అదీకాక, నా ఇష్టదేవతకీ గురజాడకీ ఓ బదరీ బాదరాయణ సంబంధం ఉంది. అది తరవాత చెప్తాను. అందుకూ, అలా మొదలు పెడతాను.

ఎలాగూ ఉత్తరోత్తరా గురజాడ 'మతస్థులతో' కొన్నితిట్లు తినేఅవకాశం ఉంది కాబట్టి, ఆ తిట్లు తిని సహించే శక్తిని నాకు ఇమ్మనీ, రాత మధ్యలో ఎటువంటి ఆటంకాలు సృష్టించవద్దనీ, మాట- అర్థం ఎలా అయితే విడదీయలేమో అలా విడదీయలేని, ఈ ప్రపంచానికి తలిదండ్రులైన ఆ నందిపిల్లి కామేశ్వరీ-ఉమానీలకంఠేశ్వరులను ముందుగా వేడుకుంటున్నాను. తన మాంగల్యాన్ని మనస్సులో ఎంతో నమ్మి గరళాన్ని మింగొచ్చని సాభిప్రాయంగా తనవైపు చూసిన సర్వమంగళ నమ్మకాన్ని వమ్ముచేయ్యకుండా విషాన్ని అరగించుకున్నవాడికి, తిట్లు అరిగించుకునే శక్తిని నాకివ్వడం ఓ పెద్ద పనేం కాదని నమ్ముతున్నాను.

ఆటంకాలు కలిగించకుండా ముందుగా నన్ను వేడుకోడం సాంప్రదాయం కాదా అంటున్నావా విఘ్ననాయకా! నీకు సమస్యొస్తే అమ్మా, నాన్నా చుట్టూ నువ్వే తిరిగేవు. గెలిచేవు. నేనూ ముందు అదే పని చేసేను. అయినా నీకో దండం.

పూర్వకవులను స్మరించడం కూడా సంప్రదాయమే. కాళిదాసునీ, పోతననీ ఇప్పటికే స్మరించేను. ఆధునిక కవులలో నా మొదటి అభిమాన కవి మహాకవి

గురజాడే. 'మీవాళ్ళంతా ఉట్టి వెధవాయిలోయి' అని ఎవరైనా తెలుగు వాళ్ళని అన్నట్లాయనా 'ఇదుగో మీరంతా ఒకెత్తు, మా గురజాడ ఒకెత్తు' అని చెపుతాను. అతణ్ణీ స్మరిస్తున్నాను.

పూర్వ కవులు తమకు నచ్చిన పవిత్ర గ్రంథాన్ని స్మరించే సాంప్రదాయం లేదు. నేను మాత్రం నా పవిత్ర గ్రంథం 'కన్యాశుల్కం' నాటకాన్ని స్మరించుకుంటున్నాను.

కావ్య విషయం సూచించడం కూడా సాంప్రదాయమే. 'నందుల' చేతులో చాణుక్యుడు ఘోరంగా అవమానింపబడడం అనే ఘటనవల్ల మౌర్య సామ్రాజ్య స్థాపనకు బీజం పడింది. సుమారుగా అలాటి పరిస్థితులలోనే 'కన్యాశుల్కం' నాటకానికి అంకురార్పణ జరిగింది. ఇక్కడా 'నందులే'.

❖❖❖

2

గురజాడ వారిది బొబ్బిలి దగ్గరున్న కృష్ణరాయపురం అగ్రహారం. అది ఆదిభట్ల నారాయణ దాసుగారి అజ్జాడ అగ్రహారానికి దగ్గరే. పెదనందిపల్లి అగ్రహారం విశాఖపట్నానికి సుమారు 60km దూరం. దేవరాపల్లికి 6 km. వ్యవహారంలో నందిపిల్లి అంటారు.

అసలు అగ్రహారం అంటే ఏమిటి? రాజులు కానీ జమీందారులు కానీ పన్ను 'గ్రహించ'కుండా ఇచ్చిన ఊరు. గ్రహించనిది 'అగ్రహారం'. అగ్రహారం బ్రాహ్మణులకే ఇవ్వక్కరలేదు. రామరాజభూషణుడికి (భట్టుమూర్తి)రామరాయలు అగ్రహారం ఇచ్చేడు. అతడు శూద్రుడు. అయితే అలాంటివి exceptions మాత్రమే.

ఇప్పుడు కథ గురజాడవారి కృష్ణరాయపురం అగ్రహారం నుండి మొదలెట్టాలా? మా ఊరు నందిపిల్లి నుండి మొదలెట్టాలా?

నాకు బాగా తెలిసున్న నందిపిల్లినుండి మొదలెడతాను. నాకు 6ఏళ్ళ వయస్సునుండి జ్ఞాపకాలు స్పష్టంగా ఉన్నాయి.

అది 60 బ్రాహ్మణ ఇళ్ల అగ్రహారం. 1955 నాటికి నాలుగో ఐదో ఖాళీ జాగాలు ఉండేవి. మిగతావి పూర్తిగా ఉండేవి. తాటాకు కొంపలూ, పెంకుటిళ్ళూ సగం సగం. తూర్పు పడమరలకి విశాలమైన బ్రాహ్మణ వీధి. ఒక చివర చెరువు. మరొక చివర దేవాలయం.

హెచ్చుమంది సంస్కృతం పండితులు. కొందరు తెలుగు పండితులు. ముగ్గురు వేద పండితులు. ఓ మునసబు, ఓ కరణం. ముగ్గురు సెకండరీ గ్రేడ్ మేస్టర్లు.

వీళ్ళు కాక దేవుడు రామ్మూర్తి. అంటే నందిపిల్లి పూజారి. మా ఆలయంలో అమ్మవారిపేరు కామేశ్వరి. అయిలసోమయజుల వాశిష్ఠ గణపతి ముని గారు ఉమాసహస్రం రాసేరు. ఉమకే అన్ని పేర్లూను. ఆయన చాలా భక్తితో పూజ చేసేవాడు. దేవుడు రామ్మూర్తి గారు రోగాలకు మంత్రాలు కూడా వేసేవారు. సన్నంగానే ఉండేవారుకాని పాము మంత్రం కూడ వచ్చునే వారు. 1955 లోనే ఆయనకు 70 ఏళ్ళు ఉంటాయి.

నాకు తెలిసి రెండే కుటుంబాలు , చల్లా వారు- వారణాశి వారు వెలనాటి బ్రాహ్మణులు. మిగతా వాళ్ళు ద్రావిడ బ్రాహ్మణులు.

అయితే నాకు పెద్దలు చెప్పేరు. మొదట్లో వెలనాట్లు, ద్రావిడులు సమానంగా ఉండేవారట. నిష్టల, నిట్టల, టేకుమళ్ళ-ఇలా మరికొన్ని వాళ్ళ కుటుంబాలు ఉండేవట. నాకు తెలిసినప్పుడు మాత్రం పేరి వారు, ఓరుగంటి వారు హెచ్చు. చెప్పొచ్చేదేమిటంటే నియోగ బ్రాహ్మణ కుటుంబం మాత్రం ఒకటీ లేదు.

ఎవరికీ పెద్దగా భూములు లేవు. ఏదో కాలక్షేపం మాత్రమే.

వీధి అరుగుల మీద వేదఘోష, జూద ఘోష సమానంగా ఉండేది. పిల్లలం దరికీ పేకాటొచ్చు. పెద్దవాళ్లే మప్పేరు. అయితే ఎత్తురపు ఆట (బేస్తు-కుదేలు ఆట) మాత్రం పెద్దవాళ్ళు ఆడేవాళ్లు. పిల్లలకు రాదు. నాకు మాత్రం 8 వ ఏటే ఆ ఆట మా తాతగారు మప్పేరు. తాత అంటే మాతామహులే.పేరి సుబ్బారాయ శాస్త్రి గారు. గురజాడ కన్యాశుల్కంలో ఆ ఆట గురించి రాస్తాడనీ, భావి తరాలలో అది రక్షింపబడాలని మాతాతకి ముందే ఆకాశవాణి చెప్పినట్టుంది.

మా తాత మంచి సంస్కృత పండితుడు. వైయ్యాకరణి. నాకు బోధప డుతుందా లేదా అని ఆలోచించకుండా అనేక కావ్యాలలోని అందాలని చెప్పేరు. వాల్మీకి, కాళిదాసు, శ్రీహర్షుడూ--అంటూ బోల్డన్ని శ్లోకాల్లోని తమాషాలు చెప్పేవారు.

'అస్తి నాస్తి విచికిత్స' (ఉందా లేదా అనే సందేహం-నాయిక నడుం గురించి) గురించి ఆయన చెప్పింది అప్పుడే బలంగా నాటుకు పోయింది నాలో. 8 ఏళ్ళకే 20-30 ఏళ్ల వయసు వాళ్ళ వైపు ఆసక్తిగా చూడ్డానికి కారణం తాత చెప్పిన సంస్కృత శృంగార శ్లోకాలే.

అప్పుడు నాకు కలిగిన ఊహలు , 'ఇలా ఉండేవి' అని వివరంగా

మీకు చెపితే 'ఛీ, పోకిరీ వెధవా' అని మీరు నన్ను తిడతారు. అందుకూ ఇక్కడికి ఆపేస్తున్నాను.

❖❖❖

3

"నిజమే. కన్యాశుల్కం నాటకం రెండో కూర్పులో ఒక చోట మీ ఊరుపేరు 'నందిపిల్లి' కి బదులుగా 'నల్లబిల్లి' అని అన్ని పుస్తకాల్లోనూ ఉంది. తప్పు అని స్పష్టంగా తెలుస్తోంది. మొట్టమొదటిసారి ప్రింట్ కి ఇచ్చేటప్పుడు నేనే రాతప్రతిలో పొరపాటు రాసుండవచ్చు. లేక నేను ప్రింట్ కి ముందు ప్రూఫ్ సరిగా చూసుండకపోవచ్చు. రెండోచోట 'నందిపిల్లి' అని సరిగానే ఉంది కదా! అంతమాత్రాన్నే నా ఊరు బొబ్బిలి దగ్గర 'కృష్ణరాయపురం అగ్రహారం' అని రాయాలా? అది మా అగ్నిహోత్రావధాన్ల ఊరు.నాది కాదని నీకు తెలీదూ అబ్బాయ్" అన్నారు గురజాడ వారు.

"రెండో సారి 'రామచంద్రాపురం అగ్రహారం' అని సరిగ్గానే రాద్దామని అను కుంటున్నానని చెప్పేను"

పూర్తిగా తెలివొచ్చింది. పక్కమీంచి లేచేను.

ఒక్కరోజు ఆయన ఊరుపేరు పొరపాటు పడితేనే సహించలేకపోయా

రాయన. 110 ఏళ్లబట్టీ రెండో కూర్పులో ఉన్న ఆ పొరపాటును ఎవరూ పట్టించుకోనే లేదు. నాటకాలు వేసేవాళ్లకి సందేహం రాలేదు. కరటకశాస్త్రి తనకు చెప్పినప్పుడు 'నల్లబిల్లి' అని వింటునాడు రామప్పంతులు. తను లుబ్ధావధాన్లుకి చెప్పినపుడు 'నందిపిల్లి' అని చెపుతున్నాడు. ఈ తేడా ఏమిటీ అని ఏ నటుడూ పట్టించుకోలేదు. నేను 50 ఏళ్ల బట్టి మథన పడుతూనే ఉన్నాను. పబ్లిషర్లకు రాసినా ప్రయోజనం లేదు. పత్రికలకు రాస్తే వెయ్యడం లేదు. ఒక్కరోజుకే గురజాడ వారు అంత బాధపడితే మరి నేనెంత బాధపడాలి ?

సరే ఇంతకీ కథలోకి వద్దాం. గురజాడ అప్పారావు గారి ముత్తాతగారు(ప్రపితామహులు) పట్టాభిరామయ్య గారు. వారి పూర్వీకులది కృష్ణాజిల్లా గన్నవరం తాలూకా గురజాడ గ్రామం. వారు ఉద్యోగార్థం వెళ్లి మచిలీపట్నం లో స్థిరపడ్డారు. పట్టాభిరామయ్య గారి పెద్దకొడుకు సీతాపతి గారు. సీతాపతి గారి పెద్దకొడుకు వెంకటరామదాసు గారు. వెంకట రామదాసు గారి పెద్దకొడుకు, మన కథానాయకుడు, అప్పారావు గారు.

అప్పారావు గారి తండ్రి విజయనగరం సంస్థానంలో, చీపురుపల్లి దగ్గర, 'కుమరాం'లో ఉద్యోగం మొదలెట్టేరు. అప్పుడే వారికి వివాహం అయింది. మావఁగారు గొడవర్తి కృష్ణయ్య పంతులుగారు. యలమంచిలి కోర్టులో సిరస్తదార్. నివాసం సర్వసిద్ధి రాయవరం గ్రామంలో. అప్పారావు గారు మాతామహుల ఇంట్లో పుట్టేరు.

తండ్రి రామదాసు గారు కుమరాం లో ఉద్యోగం చేసినా నివాసం మాత్రం గులివిందాడ ఉరఫు రామచంద్రాపురం ఆగ్రహారంలో. కృష్ణాజిల్లాతో పూర్తిగా బంధాలు తెగిపోయేయి. గురజాడ తండ్రిగారు చాలాకాలం ఉన్నది రామచంద్రాపురం ఆగ్రహారంలో. గురజాడ బాల్యం రాయవరం, యలమంచిలి, రామచంద్రాపురం అగ్రహారాల్లో గడిచింది. అంచేత అతడి ఊరు రామచంద్రాపురం అగ్రహారం అందాం. అంటే లుబ్ధావధాన్లు గారి ఊరన్నమాట. అగ్నిహోత్రావధానులు గారి కృష్ణరాయపురం అగ్రహారం కాదు.

ఈ అగ్రహారం విజయనగరం రాజులు ; ఉలిమిరి, తెలికిచర్ల, మండా, ముట్నూరి, ఆడిదం వారి కుటుంబాలకు ఇనాము గా ఇచ్చేరు. ఆడిదం సూరకవి

ఇక్కడి వారే.

ఇప్పుడు రామచంద్రాపురం అగ్రహారం చీపురుపల్లిలో భాగం అయిపోయింది. చీపురుపల్లి రైల్వేస్టేషన్‌కి ఎదురుగా ఉంటుంది.

కథ కొంచెం ఫాస్ట్ ఫార్వర్డ్ చేద్దాం. 10 ఏళ్ల వయసులో విజయనగరం చదువు గురించి వెళ్ళేరు అప్పారావుగారు. 1882 లో మెట్రిక్యులేషన్ ఫస్ట్ క్లాసులో పాస్ అయ్యేరు. సాధారణంగా 15 ఏళ్లకు పూర్తవ్వాలి. కానీ ఆయన 20 ఏళ్ల వయసులో పూర్తి చేసేరు. మధ్యలో అయిదేళ్లు రొడ్డకొట్టుడు చదువుకు విరామం. ఆ సమయంలో బహుశా ఎత్తురపు (బేస్తు-కుదేలు ఆట) లో expert అయిపోయి ఉంటారు. ఆనాడు అది నాగరికుల ఆట. ఈ విరామం ఆయన వ్యక్తిత్వ వికాసానికి బాగా తోడ్పడి ఉంటుందని నా భావన.

1884 లో F. A పాస్ అయ్యేరు. 1884-1885 BA మొదటి సంవత్సరం. సంస్కృతం, ఫిలాసఫీ స్పెషల్ సబ్జెక్ట్స్. 1885 లో పెళ్లయింది. ఏ నెలో స్పష్టంగా తెలీదు. అత్తవారి ఊరు దేవరాపల్లి. నందిపిల్లికి 5-6 kms. పెళ్లయిన తరవాత , బహుశా 1886 లో, పెద్ద పండక్కి అత్తవారి ఊరు వచ్చేరు. అక్కడ తోచక , నందిపిల్లి- పేకాడుకుందికి , వచ్చేరాయన. కథ ఇక్కడ చాలా ముఖ్యమైన మళుపు తిరిగింది.

❖❖❖

4

నేనొక్కణ్ణే గదిలో కుర్చీలో కూర్చుంటే ఎదురుగా కుర్చీలో కూర్చున్నారు ఆయన. అదే కోటూ, తలపాగా -అచ్చం ఆయన లాగే ఉన్నారు. 'లాగే' ఏమిటి ? ఆయనే ! గురజాడ అప్పారావు గారు!.

కల కాదు. నూటికి నూరుపాళ్లూ నిజం.

నాకు దెయ్యాలమీద, ఆత్మల మీద నమ్మకం లేదు. అవి నిశ్చయంగా లేవనే నా అభిప్రాయం. కానీ అవంటే చచ్చేటంత భయం మాత్రం ఉంది. లేని దేవుడు తాలూకా ఆలయాలకు వెళ్ళి భక్తి చూపించుకునేవాడికి, లేని దయ్యాలన్నా,

ఆత్మలన్నా భయం మాత్రం ఎందుకుండదు !

"అయ్యా తమరు.. తమరు...నిజంగా.." అన్నాను. చిన్న చెమట పట్టింది.

ఓ చిరు నవ్వు నవ్వేరు అప్పారావు గారు.

"సోగ్గాడే చిన్నినాయినా" అన్నారు

భయం తగ్గింది. గురువుగారు లేటెస్ట్ గా ఉన్నారు. నాగార్జున సినిమా చూసేరని అర్థం అయింది. టిక్కెట్ దొరకదని భయంలేదు. డబ్బు ఖర్చు లేదు.

"చూడబ్బాయి, నిన్ను ఇంట్లో అందరూ అబ్బాయి అని పిలుస్తారని తెలిసింది. అందుకూ అలా పిలుస్తున్నాను. నా కంటే 87 ఏళ్ళు చిన్నవాడివి. అండీ గిండీ అంటే ఆయుక్షీణం. అంచేత ఏకవచన ప్రయోగం చేస్తున్నాను".

"నీ సంగతి నీకు తెలీదుకానీ, నువ్వు భాష్యం అయ్యంగార్ అంతటి ప్లీడరువి. అసలు మీ నాన్న ఎంతటివారూ !మీ మాతామహులు ఎంతటి వారూ ! ఈ కళింగాంధ్రలో ఉండే వైయ్యాకరుణుల ప్రస్తావన మా పూర్వీకుల కృష్ణాతీరంలో వచ్చినప్పుడల్లా మీ తాతని ఎంపిక చేస్తుంటారు"

" అసలు మీ నందిపిల్లే అలాంటిది. మహామహిమోపాధ్యాయ పేరి వెంకట శాస్త్రి గారు, మహామహోపాధ్యాయ పేరి సూర్యనారాయణ శాస్త్రి గారు--సాక్షాత్తూ పాణినీ అవతార మూర్తులు. ఇంకా నీకు తెలీని ఒక మనిషి గురించి చెపుతాను"

"ఓరుగంటి సోమరశేఖరకవిగారని త్ర్యర్థి కావ్యం రాసేరొకాయన. 'శ్రీరామ కృష్ణార్జున(రూప)నారాయణీయం' దాని పేరు. ఆయన నా కంటే 60 ఏళ్ల సీనియర్".

"నేను మీ ఊరు వచ్చినపుడు, అంటే 1886లోనో, 1887లోనో మాట, చాలామంది, సంస్కృతం బాగా వచ్చునని మా గొప్ప 'గఱ్ఱా'గా ఉండేవారు" అన్నారు

నాకు పూర్తి ధైర్యం వచ్చింది.

"కోపం వస్తే మా ఊరివాళ్ళ బ్రాహ్మళ్ళ నోరుమంచిది కాదని విన్నాను" అన్నాను.

"నోరే కాదు, చెయ్యీ మంచిది కాదూ" అన్నారు ఏదో జ్ఞాపకం

తెచ్చుకున్నట్టు మొహం పెట్టి.

"ఇంతకీ తమరికి నేనేం సహాయం చేయగలనన్నాను"

"ఇప్పుడెందుకూ ఆ నందిపిల్లి పేకాటకు నేను వెళ్లడం గురించిన ప్రస్తావన. అదేదో తెలిసీతెలియని వయసు".

"నేను చచ్చిపోయిన వందేళ్ళ తరువాత, ఓ చచ్చిపోయిందనుకున్న సంఘటనను బతికించాలా? నువ్వు ఫేస్‌బుక్‌లో సుబ్బరంగా పర్సనాలిటీ ఎపిసోడ్స్ రాసుకోకూడదూ? రేపటి కల్లా ఎలాగైనా రెడ్ వైన్ 10 కేసులూ మీ ఇంట్లో పడేలా చేస్తాను" అన్నారు.

"అయ్యా చరిత్ర విషయంలో మీ అంత నిజాయితీ పరులు మరొకళ్ళు లేరు. తమరే సెలవిచ్చినట్లు మనవాళ్ళలో అయితే 'అన్నీ మన వేదాల్లోనే ఉన్నాయిష' అనే వాళ్ళూ ; కాకపోతే 'మనవాళ్ళు ఉట్టి వెధవాయిలోయ్' అనే వాళ్లే హెచ్చు మంది. ఉన్నదున్నట్టుగా చరిత్ర చెప్పేవాళ్ళు తక్కువ"

"కన్యాశుల్కం నాటకం ఆవిర్భావ నేపథ్యం ప్రజలకు తెలియొద్దూ? నన్నాటంక పరచకండి" అన్నాను

"డామిట్, కథ అడ్డంగా తిరిగింది' అని గొణుక్కుంటూ వెళ్లిపోయేరు.

❖❖❖

5

నాకప్పుడికి 16 వ ఏడు నడుస్తోంది. 1965 లో విశాఖలో AVN కాలేజీలో PUC చదువుతునాను. కాలేజీలో మంచి లైబ్రరీ ఉండేది. గురజాడ వారి కన్యాశుల్కం(రెండవ కూర్పు) పుస్తకం ఇంటికి పట్టికెళ్ళేను. రెండు రోజుల్లో చదివీసేను.

గొప్ప సరదా పడ్డాను. అంతా తెలిసున్న నేపథ్యం. ముఖ్యంగా అగ్నిహోత్రావధాన్లూ, లుబ్ధావధాన్లూ మా నందిపిల్లి వాళ్ళు మాట్లాడినట్లే మాట్లాడేరు. ఎత్తురపు ఆట పుస్తకంలో ఉండడంతో మరీ ఆత్మీయం అనిపించింది. ఉండబట్టలేక పోయేను.

మళ్లీవారం నందిపిల్లి వెళ్ళేను. మా మాతామహులతో కన్యాశుల్కం గురించి గొప్పగా చెప్పేను. అచ్చు మన నందిపిల్లిలో పెద్దవాళ్ళలాగే నాటకంలో పాత్రలు మాట్లాడుతాయి అన్నాను. ఆయన నందిపిల్లి ప్రస్తావన కూడా పుస్తకంలో తెచ్చేరన్నాను. నల్లబిల్లి అని మరో చోట ముద్రారాక్షసం ఉందని అప్పుడే పోల్చేను. అది మాత్రం తాతతో చెప్పలేదు.

తాత ముఖంలో రంగులు మారిపోయేయి. గురజాడని ఎన్ని అగ్రహారపు తిట్లు తిట్టచ్చో అన్ని తిట్లూ తిట్టేరు. 'నీకు ఆ పుస్తకం తప్పిస్తే చదవడానికి మరో పుస్తకం దొరకలేదా' అని నన్నడిగేరు.

'ఏమీ' అని అడిగేను.

''వాడు మన శత్రువు. వైదీకులకు శత్రువు. ద్రావిళ్ళకు బద్ధ శత్రువు. నందిపిల్లికి ప్రత్యేకంగా శత్రువు" అన్నారు.

ఆయనకు కోపం ఎందుకో అర్థం కాలేదు. గుచ్చి గుచ్చి అడిగేను. కారణం చెప్పేరు. ఒకసారి గురజాడ తన పెళ్ళైన కొత్తలో నందిపిల్లి పేకాటకి వచ్చిననాటి సంఘటనలు కారణం అని అర్థం అయింది.

నేను అడిగే వేళకు మాతాతకి వయసు 66 ఏళ్ళు.

'మీరు గురజాడని చూసేరా' అని అడిగేను.

లేదన్నారు.

'గురజాడ నందిపిల్లి వచ్చినప్పుడు చూసిన వాళ్ళెవరేనా ఇప్పుడు బతిగున్నారా' అని అడిగేను.

గురజాడ చనిపోయేసరికి మాతాత వయసు 15 ఏళ్ళుట.

మీకెలా తెలుసని అడిగేను.

నందిపిల్లిలో సంఘటనలు జరిగిన కొద్దిరోజులలోనే గురజాడే విజయనగరంలో ఒకరికి ఆ సంఘటనలు గురించి చెప్పేరుట. కన్యాశుల్కం పుస్తకం 1897 లో ప్రచురణ అయిన తరవాత ఆ పుస్తకం వైదిక--ద్రావిడ బ్రాహ్మణుల్లో ఆనాడు కలకలం రేపిందట. మళ్లీ రెండో కూర్పు ముద్రణ తరవాత , అది ప్రాచుర్యంలోకి

వచ్చిన తరువాత, వైదిక-ద్రావిడ బ్రాహ్మణులు గురజాడను ఒక శత్రువులా చూసేవారట. అప్పుడు విజయనగరంలో గురజాడ నోటినుండి నందిపిల్లిలో జరిగిన సంఘటనల గురించి స్వయంగా విన్న అతడు, నందిపిల్లికి చెందిన తన మేనల్లుడుకి తను ఏం విన్నదీ పూసగుచ్చినట్టు చెప్పేడుట. అప్పుడు ఆ మేనల్లుడు నందిపిల్లిలో అందరికీ ఆ విషయం చెప్పేడుట. ఆ నందిపిల్లిలో జరిగిన సంఘటనలే కన్యాశుల్కం నాటకం పుట్టుకకు మూల కారణం అని తీర్మానిం చేరుట. తరవాత కొంతకాలానికి మా మాతామహులు కూడా గురజాడ ఎవరికైతే చేప్పేరో ఆయన్నే అడిగి మళ్లీ విషయం ధ్రువపరుచుకున్నారట

అసలు 1886 పెద్ద పండుగలలో పేకాటలో నందిపిల్లిలో ఏం జరిగింది? గురజాడ చెప్పిందెవరికి? విన్న అతడు చెప్పిందెవరికి? దానికీ కన్యాశుల్కం నాటకానికీ సంబంధం ఏమిటి?

❖❖❖

6

అసలు గురజాడ వారు నందిపిల్లిలో పేకాట ఆడినప్పుడు ఏం జరిగింది?

ప్రత్యక్ష సాక్షులు ఎవ్వరూ లేరు. తనకు మహావమానం జరిగిందనీ, ఆ అవమానం తాలూకా కొన్ని వివరాలు క్లుప్తంగా, గురజాడ తన మిత్రుడొకరికి చెప్పేరు. ఆ తరవాత సుమారు రెండు దశాబ్దాల తరవాత గురజాడ చెప్పిన విషయం విన్నాయన వాళ్ళ నందిపిల్లి మేనల్లుడికి చెప్పగా నందిపిల్లి వాళ్లందరికీ తెలిసింది. తరవాత పెద్ద వాళ్ళు చిన్నవాళ్ళకి చెప్పగా నా తరం వరకూ ఆ విషయం జ్ఞాపకం ఉంది. అయితే గురజాడకి జరిగిన అవమానం అని కాకుండా, గురజాడ కన్యాశుల్కం నాటకం ద్వారా నందిపిల్లి వాళ్ళని అవమానించినట్లుగా ఇప్పటి తరం నందిపిల్లి వాళ్ళు భావిస్తున్నారు. సీన్ రివర్స్. కానీ అసలు అవమానం గురజాడది.

ఏవిఁటా అవమానం వివరాలు!?

ఘోరంగా అవమానింపబడినవాడు తాను ఘోరంగా అవమానింపబడ్డానని

చెపుతాడు కాని, ఆ ఘోర అవమానం తాలూకా వివరాలు పూర్తిగా ఎవడైనా చెపుతాడా? ఒక్క పోలీస్ కంప్లైంట్ ఇచ్చినప్పుడు మాత్రమే తనకు జరిగిన అవమానాన్ని దాచడు. కానీ అప్పుడు కూడా నిజం చెప్పడు. అవమానాన్ని అతి శయోక్తులతో చెపుతాడు.

అంచేత, 'అప్పుడు నందిపిల్లిలో గురజాడకి జరిగిన అవమానం ఏమిటి' అన్నది మనం ఊహించడమే కాని మనకి మరో దారి లేదు. దానికి ముందుగా ఆ ఊర్లో వాళ్ళ గురించి మరికొంచెం తెలియాలి.

1955-58 నాటి నా జ్ఞాపకాలు ఇంతకు ముందు చెప్పేను. 1960-1990 మధ్యలో బ్రాహ్మణ వీధిలో ఒక్కొక్క ఇల్లూ ఖాళీ అయింది. ఐదారు కుటుంబాలు తప్పిస్తే , మిగతా కుటుంబాలు ఒకరో ఇద్దరో సంస్కృత పండితులనో , తెలుగు పండితులనో ఉద్యోగార్ధమై పైకి పంపేరు. సంస్కృతం మీద అభిమానం కొద్దీ వ్యాకరణ విద్యాప్రవీణ, సాహిత్య విద్యాప్రవీణలు చదివిన వాళ్ళలో కొందరు ఉద్యోగాలు లేక తెలుగు భాషాప్రావీణ పరీక్ష ప్రైవేటు గా కట్టి తెలుగు పండితు లయ్యేరు. ఒక దశలో విశాఖపట్నం జిల్లా పరిషత్ హైస్కూళ్లలో సగం పాఠశాలల్లో తెలుగు మేస్టర్లు నందిపిల్లి వాళ్లే అనడంలో అతిశయోక్తి లేదు. మా నాన్నగారి పెదతల్లి భర్త కీ. శే. శ్రీ వడ్లమాని లక్ష్మీనరసింహశాస్త్రి గారు తెలుగు పండితునిగా రిటైర్ అయిన తరువాత బ్రాహ్మణ కుర్రవాళ్ళతో పాటు చదువు లేకుండా తిరిగే బ్రాహ్మణేతర కుర్రవాళ్ళని కూడా పిలిచి కూర్చోపెట్టి చదువు చెప్పి భాషాప్రావీణ పరీక్షకు పంపేరు. ఇప్పుడు నందిపిల్లి నుండి వచ్చిన తెలుగు పండితులలో కనీసం ఓ పదిమంది బ్రాహ్మణేతర తెలుగు పండితులూ ఉన్నారు.

ఇది ఇప్పటి పరిస్థితి అయితే, 1886 - 1887 నాటి పరిస్థితి ఏమిటై ఉండాలి. ప్రతీ ఇంట్లోనూ అక్షరాభ్యాసం మాహేశ్వరసూత్రాలతోనే ప్రారంభం. వాటితో పాటు అమరం, శబ్ద మంజరి, ధాతు మంజరి వల్లె వేయడం. పలక తెలుగు అక్షరాలగురించే. పదేళ్ళ వయసు వాడికి సంస్కృత పంచమహాకా వ్యాలలో కొన్ని సర్గలు నోటికి రావాలి. 15 ఏళ్ల వాళ్లకి సంస్కృతం మాటాడ్డం క్షుణ్ణంగా రావాలి.

మా ఊర్లో సంస్కృత పండితులు తెలుగు పండితులని చులకనగా చూడ్డం

నాకు తెలుసు. తెలుగు భాషాప్రావీణ ప్రవేశ పరీక్షలో సంస్కృతం పేపర్లు నాగరి లిపిలో ఇచ్చినా సంస్కృతంలో కాకుండా తెలుగులో జవాబులు చెప్పే సదుపాయం ఆంధ్ర విశ్వవిద్యాలయంలో ఎప్పుడో ప్రవేశపెట్టేరు. 1961-1962 లో నేను ఆంధ్రాయూనివర్సిటీ Admission test to Bhasha praveena పరీక్షకు వెళ్ళినప్పుడు సంస్కృతం పేపర్లకు నాకు ఇద్దరు గురువులు ఉండేవారు. అందులో మా మాతామహులు ఒకరు. తెలుగులోనే జవాబు రాయాలి కాబట్టి, అదో సంస్కృతం ఏమిటన్న వెటకారం చేస్తున్న మా తాత మొహం నాకు జ్ఞాపకమే. పాఠం చెపుతున్న ప్రతీరోజూ ఆయన నన్ను అవమానించకపోయినా, తెలుగులో చదవడం అనే తక్కువతనాన్ని మాత్రం రోజూ గుర్తు చేసే వాళ్ళు.

1961-62లో పరిస్థితే ఇదయితే 1886 పరిస్థితి ఏంటి? ఇంగ్లీషులో సంస్కృతం చదివేనని గొప్పగా చెప్పే వాళ్ళ పరిస్థితి ఏంటి? అందులోనూ ఇంగ్లీషులో సంస్కృతం చదవడం వల్ల ఉండే లాభాలు నందిపిల్లి వాళ్ళ ముందు మాట్లాడితే వాళ్ళ ప్రతిస్పందన ఎలా ఉంటుంది?

'గీర్వాణ' భాష బాగా వచ్చిన వాళ్ళు చూపించే అతిశయాన్నే 'గీర' అంటారు. ఆనాడు నందిపిల్లి వాళ్ళందరికీ 'గీరే'. అలాంటి వాళ్ళని ఇంగ్లీషు బాగా వచ్చునన్న అతిశయంతో ఉన్న 24 ఏళ్ల ఇంగ్లీషులో సంస్కృతం చదువుకున్న యువకుడు పేకాడుతూ ఢీకున్నాడు.

గురజాడ నందిపిల్లి వాళ్ళని పేకాడుతూ ఢీకొన్న పర్యవసానం ఏమిటి?

❖❖❖

7

1886 - 1887లో పెద్ద పండగలు అంటే 4 రోజులుగా భావించేవారు. భోగి, సంక్రాంతి, కనుమ, ముక్కనుమ. భోగి నాడు ఉదయం వెలిగించిన జూదాగ్నుల్ని ముక్కనుమ నాడు రాత్రి మాత్రమే ఆపేవారు.

మూడోరోజున నందిపిల్లి వచ్చేరు గురజాడ. 24 ఏళ్ల యువకుడు. అప్పడికే ఆంగ్ల భాషలో మంచి కవిత్వం రాసేరు. సామాజిక అవగాహన బాగా ఉన్నవాడు.

పూర్తి హేతువాది. తత్త్వశాస్త్రంలోనూ, చరిత్రలోనూ మంచి అవగాహన ఉన్నవారు. సంస్కృతం గురించి ఇంగ్లీషులో, ముఖ్యంగా పాశ్చాత్యులు విమర్శనా పూర్వకంగా రాసిన విషయాలు బాగా చదివి, ఆ సాహిత్యపు వైశాల్యం తెలుసున్నవారు. సంస్కృతంలో ఉన్న ఒకే ఒక సాంఘిక నాటకం 'మృచ్ఛకటికం' ఆయనకు కరతలామలకం. ఆధునిక ఇంగ్లీష్ నాటకాలని బాగా చదివేరు.

బహుశా నందిపల్లిలో ఎవరికీ ఆనాడు యూరోపియన్లు సంస్కృత సాహిత్యంలో చేసిన కృషి గురించి తెలీదు. ఇంగ్లీషు తెలిసున్న వాళ్ళు దాదాపుగా ఎవరూ లేరు.

ఊరికి కొత్తగా ఎవరొచ్చినా, పాతవాళ్ళైనా కొంత విరామం తరువాత వచ్చినా, ముందుగా దేవాలయానికి వెళ్లడం సంప్రదాయం. గురజాడని ఆలయానికి ఊరుపెద్ద నందిపిల్లి శాస్తుల్లు గారు తీసుకెళ్ళేరు. నందిపిల్లి పూజారిగారు తీర్థప్రసాదాలు ఇచ్చేరు.

గురజాడ వారికి మనుషులని జాగ్రత్తగా పరిశీలించడం ఒక అలవాటు. నందిపిల్లి పూజారినీ, నందిపిల్లి శాస్తుల్లునీ జాగ్రత్తగా పరిశీలించి మనసులో ఒక నోట్సు రాసీసుకున్నారు. పూజారిగారింట్లో ఓ పిచ్చివాడు లాంటి వెర్రోడు కూడా ఆయన దృష్టిని దాటిపోలేదు.

చల్లా సోమేశంగారి పెంకుటింట్లో ఎత్తరుగుల మీద ఎత్తురపు ఆట. ఆరుగురు ఆడుతున్నారు. ఆటకి ఒక కానీ పందెం. చుట్టూ మరో నలుగురు. వీళ్ళు కాక పెద్ద వాళ్ళ ఆటలో ఆడించడానికి వయసు సరిపోని, ఆట బాగానే వచ్చిన ఓ 12-13 ఏళ్ల ఇద్దరు కుర్రాళ్లు; పేరి సుబ్బిగాడూ, ఓరుగంటి వారి కొండడూ. ఇదీ అక్కడి batch.

పెద్ద వాళ్ళందరూ చుట్టలు కాలుస్తున్నారు. పప్పుచేగోడీలు, కొయ్య చేగోడీలు, జంతికలు- ప్లేటు ఖాళీ చేయగానే మరో ప్లేటు నిండుది వస్తోంది.

బీరపువ్వులాంటి మేని ఛాయతో, 22 ఏళ్ల వయసులో ఉన్న సౌందర్యవతి అయిన గంగాభాగీరథీ సమానురాలు ఆ ప్లేట్లు పట్టుకొస్తున్నావిడ. భాగ్యలక్ష్మి ఆవిడ పేరు. 'బాగ్గెం' అక్కయ్య అని అందరూ అంటారు. ఆవిడకంటే పెద్దవాళ్ళు కూడా ఆవిడని అక్కయ్యనే అంటారు.

చల్లా సోమేశం గారి కూతురావిడ. నిష్టల కామేశ్వరావధాన్లు గారి కోడలు.

ఆవిడ భర్త పోయి 17 ఏళ్ళయ్యింది. బొట్టు పోయి 10 ఏళ్ళు అయింది. పెళ్లిలో మొగుణ్ణి చూసింది. లీలగా జ్ఞాపకం. బొట్టుపోయిన నాటినుండి సైనుపంచే. పుట్టినప్పటినుండి ఆవేళ వరకూ ఆవిడ పుట్టింట్లోనే ఉంది. ఆవిడకు సిగ్గెచ్చు. బుర్రవంచుకునే నడుస్తుంది. రెణ్ణెల్లకోసారి మంగలాడి దగ్గర కూడా బుర్ర వంచుకునే కూచుంటుంది.

ఎవరి అరుగుల మీద పేకాట బ్యాచ్ ఉంటుందో ఆ ఇంటి యజమానులే చేగోడీలు, జంతికలూ ఆ బ్యాచ్ కి సరఫరా చెయ్యాలి. అది నందిపిల్లి రివాజు. ఆ విధంగా చల్లా సోమేశం గారికి ఆ వేళ ఆ భాగ్యం కలగడం వల్ల వాళ్ళ 'బాగ్గెం' ఆవేళ ప్లేట్లు అందిస్తోంది.

అవధాన్లు గారిమీద దావావేస్తే, బాగ్గేనికి భూమి వస్తుందని గుడ్డిరాముడు చెపుతూనే ఉన్నాడు. గుడ్డిరాముడు గుడ్డివాడు కాదు. అలా పిలుస్తారు. ఆ ఊర్లో ఎవరు దావాలు వెయాలన్నా, ఎవరిమీద దావాలు పడినా గుడ్డిరాముడి దృష్టిని దాటడం కష్టం.

సోమేశం గారికి దావా వెయ్యడం ఇష్టంలేదు. బాగ్గెం భాగ్యం ఎలా ఉంటే అలాగే ఉండనీ అని ఊరుకున్నాడు.

ఖాళీ ప్లేటు తియ్యడానికి కొంచెం వంగినప్పుడు పేకాటలో కూర్చున్న కొత్త యువకుణ్ణి చూసింది. అదే సమయంలో ఆయనా చూసేడు.

ఒక యువకుడు అందమైన యువతి వైపు చూసిన చూపులా లేదు ఆయన చూపు.

'నీ భాగ్యం ఇలా ఉందేం బాగ్గెం' అని అడుగుతున్నట్టుగా ఉంది.

'నాలాంటి భాగ్యం ఇంకెవరికీ కలగకుండా చూసే బాధ్యత నీదే సుమీ' అని ఆయనతో అంటున్నట్టుగా ఉంది ఆవిడ చూపు.

రాత్రి అయింది.

దేవరాపల్లి వెళ్లి మళ్లీ రేపు పొద్దున్నే వస్తానన్నారు అప్పారావు గారు.

❖❖❖

8

ఆవిడ పేరు సూర్యకాంతం. ఆవిడకి షష్టిపూర్తి ఉత్సవం ఎవరైనా చేసుంటే అప్పటికి మూడేళ్ళ కిందట జరిగుండును. అవిణ్ణందరూ 'సురేకారం' అత్తయ్యని అనే పిలుస్తారు. ఆవిడ సోమేశం పెళ్లానికి అత్తగారు. బాగ్గేనికి ఆవిడ మేని ఛాయే వచ్చింది. ఆవిడంటే నచ్చని వాళ్లు ఆవిణ్ణి ఒర్థి ఒడివాటిదంటారు. నచ్చిన వాళ్ళు చాలా ధైర్యమైన మనిషంటారు. ఆవిడనోట్లో నోరు పెట్టి గెలిచిన వాళ్ళు అప్పటి కెవరూ లేరట !

సురేకారం అత్తయ్యకి ఓ విధవప్పచెల్లెలుంది. ఆవిడ కంటే పదేళ్లు చిన్నది. అందరూ చిన్నత్తయ్యనే అంటారు. పిన్నికి వేరే దిక్కులేకపోడంతో సోమేశం తనిం టిదగ్గరే ఉండమన్నాడు.

మంగలి మహామంత్రి రెణ్ణెళ్లకోసారి సోమేశం ఇంటికొచ్చి, ముగ్గురికీ శిరోముండనం ఓ సారే చేసి మూడు తవ్వల బియ్యం ప్రతిఫలం తీసుకెళ్తాడు. ఐదేళ్ల కిందటి వరకూ, మహామంత్రి 'బాగ్గెం' దగ్గరికొచ్చేసరికి , సోమేశం పెళ్లానికి ఏడుపాగేది కాదు . కాని, ఇప్పుడలవాటయిపోయింది.

ముక్కనుమ నాడు పొద్దున్నే గురజాడ వారు వచ్చేరు. పేకాట జోరుగా సాగుతోంది. 'కాని' stake.

ఆవేళ చిన్నత్తయ్య ముగ్గుళ్ళు కూడా చేసింది. చేగోడీలు, జంతికలూ, మిఠాయుండలూ మామూలే. ఇవాళ 'బాగ్గెం' పత్రాటం లేదు. సురేకారం అత్తయ్య ఖాళీ ప్లేట్లు పట్టుకెళ్లి నిండువి పట్టుకొస్తోంది. చిన్నత్తయ్య పేకాటదా రులకు 20 అడుగుల దూరంలో బల్లమీద కూచుంది.

కిందన రెండు పెద్ద బేస్తులు ఉన్నాయి. రెండో పెద్ద బేస్తు అప్పారావు గారిది. దానిమీద మూడో ఎత్తు నందిపిల్లి శాస్తుల్లు గారు చేతి వరస ఎత్తుకున్నారు. నందిపిల్లి శాస్తుల్లు గెలిస్తే అప్పారావు గారు 9 అణాలు (36 కాన్లు) ఇవ్వాలి (ఇప్పటి విలువలో 7200 రూపాయలు).

ముక్కలు మూసి, ముద్దుపెట్టుకొని, 'జై, ఉమానీలకంఠేశ్వరా' అన్నారు నందిపిల్లి శాస్త్రుల్లు గారు.

"వయం ద్యూతమేవ దైవ మితి మత్వా పూజామః"

అన్నారు అప్పారావు గారు ఛలోక్తి విసురుతూ, నవ్వుతూ

(ద్యూతమే మనం దైవంగా భావించి పూజిద్దాం అని ఆయన భావం)

"పూజయామః" అనుకొంటాను" అన్నాడు కిసుక్కున నవ్వుతూ చిన్నగుంటడు ఓరుగంటి కొండడు.

"చబాష్, చబాష్" అన్నాడు ధవళ సుబ్రహ్మణ్యం.

పెద్దవాళ్లు అతి కష్టం మీద నవ్వాపుకొంటూ మొహాలు పక్కకు తిప్పి "వెధవాయ్ నువ్వు లోపలికి వెళ్లు "అన్నారు చిన్నగుంటడివేపు చూస్తూ, ఒక్కసారిగా నవ్వేస్తూ .

ఆ నవ్వులకి ఎప్పటివో అసందర్భకారణాలు చెప్పారు.

పెద్దగుంటడు పేరి సుబ్బడు "చచ్చింది గొ్రి" అనీసి లోపలికి తుర్రుమన్నాడు.

"ఆర్యా ! భవాన్ కిం సంస్కృతమభ్యస్తవానస్తి వా?"

అంది సురేకారం అత్త.

(అయ్యా తమరు సంస్కృతం అభ్యసించలేదా)

"ఆయనకు సంస్కృతం రాక పోవడం ఏమిటే" అన్నాడు అప్పారావు గారి చేత మరో తప్పు మాట్లాడించడాని కిష్టంలేని ఒక 'గజపేకాటరాయడైన' పెద్ద వయసు బృంద సభ్యుడు.

అప్పారావు గారు మౌనం వహించేరు.

చిన్నత్త అప్పారావు వేపు చూసి వెటకారంగా కిసుక్కున నవ్వింది.

అక్కడతో ఆపొచ్చుకదా! దొరికింది ఛాన్సన్నట్టు

"అల్లవాడు సంస్కృతంలో తప్పువాగి మొట్టికాయ తిన్నాడని, ఎవడి ప్రస్తావనో ఇంకొకాయన తెస్తే, "వాడి సంస్కృతం నా సంస్కృతం చెప్పుఖ్ఖర్లేదని" ఇంకొకాయన వ్యాఖ్యానం.

"సంస్కృతం మాటాడ్డం అంటే ఇంగ్లీష్‌లో ఎదో నాలుగు బొట్లేరు ముక్కలు పేలడం కాదొరేయ్ అప్పారావు" అన్నాడు పేకాట చూస్తున్న గంటి చేన్లు.

"లౌక్యులికి సంస్కృతం ఏమిటి పోనిస్తూ" అన్నాడు వారణాసి వెంకట శాస్త్రి.

అప్పారావు గారికి అవమానం అనిపించింది. నందిపిల్లి 'గీర' పంతుళ్లంటే అసహ్యం వేసింది. 'వైదికపాళ్ల సంస్కారమే ఇంత' అనుకున్నారు.

ఆటలోంచి లేచిపోబోయేరు అప్పారావు గారు.

"రెండో పెదబేస్తు డబ్బులు కిందపెట్టి లేవ్వయ్యా" అని రెక్క పట్టుకుని గుంజాడించి కింద కూచోపెట్టేరు మిగతా ఆటగాళ్లు.

ఎంతో అయిష్టంగా ఆ ఆట పూర్తి చేసేరు అప్పారావు గారు.

నందిపిల్లి శాస్తుల్లుకి ఆ ఆటలో 5 పట్లూ వచ్చి కింద రెండు బేస్తులూ గెలుచుకున్నారు. అప్పారావు గారు బేస్తు కక్కేరు.

ఆవేళ పేకాటలో చాలా ఓడిపోయేరు అప్పారావు గారు.

ఆ ఆట అవగానే, ఇంకా మిగతా వాళ్ళు, ఆడుతుండగానే, లేచిపోయేరు అప్పారావు గారు.

దేవరాపల్లి బయలు దేరేరు.

"గీర్వాణ భాషా విషయంలో భరించరాని అవమానం. వైదీకపాళ్ల 'గీర'. వీళ్ల పనిపట్టాలి" అని మనసులో శపథం చేసుకున్నారు గురజాడ వారు.

❖❖❖

9

అవమాన భారంతో 'హస్తి'నాపురం చేరుకున్నారు గురజాడ. అదేనండీ, 'గజ'పతుల నగరం, విజయనగరం.

మెదడులో ఆలోచనల కల్లోలం. ఏదో ఒకటి చెయ్యాలి.

ఈ వైదిక--ద్రావిడ కలయిక మణిశిల-పటాసు కాంబినేషన్ లాంటిది. బాంబుల్లా పేల్తున్నారు.

ముఖ్యంగా ఈ అరవదేశం నుండి వచ్చిన ద్రావిళ్లు కుక్కిన పేలలా పడుండకా ఈ వైదీకపాళ్లతో పూర్తిగా కలిసిపోయి 'నియోగ' బ్రాహ్మల్లతో తరచుగా ఢీ కొడుతున్నారు.

తెలుగు బ్రాహ్మణులలో వైదీకులూ--నియోగులూ రెండే శాఖలు. వైదీకుల్లో ఎన్నో ఉపశాఖలున్నా వాళ్లంతా ఒకటే. నియ్యోగులూ అంతే.

తెలుగువాళ్ళలో వైదిక-నియోగ విబేధాలుండొచ్చుగాక. అయినంత మాత్రాన ఈ వైదికులు ద్రావిళ్ళతో కలవడం ఏమిటీ? ఏమైనా అంటే 'ఇక్కడికి ద్రావిళ్లొచ్చి వెయ్యేళ్ళు అయిపోయింది. వాళ్ళు తెలుగువాళ్ళకిందే లెక్క' అంటారు ఈ వైదికులు.

ఈ వైదిక--ద్రావిడ బ్రాహ్మలను తాను పూర్తిగా క్షమించలేడు. ముఖ్యంగా ద్రావిళ్ళని.

కాని తనలాంటి బుద్ధిమంతుడు ఏ పనీ తొందరపడి చెయ్యకూడదు. దేనినైనా విశ్లేషించే తాను ఏ నిర్ణయమైనా తీసుకోవాలి. కేవలం భావోద్వేగాలతో నిర్ణయం తీసుకోకూడదు.

అసలీవైదిక-నియోగ బేధాలెలా వచ్చేయి.

ఒకనాడు తెలుగు నేలలో బ్రాహ్మణులందరిదీ ఒకటే సామాజిక స్థాయి. వైదిక-నియోగ బేధంలేదు. నివాస ప్రాంతాల బట్టి కొన్ని పేర్లు మొదట వచ్చేయి. వెలనాడు, పల్నాడు , కాసలనాడు, ములకనాడు, వేగినాడు, తెలగాణ్యుడు..ఇలా.

బ్రాహ్మణుల వృత్తులు మొదట్లో చాలా తక్కువ.

రకరకాల యజ్ఞాలు, యాగాలూ, కాటకాలూ చేయించే వాళ్ళు కొందరూ;

వేదంలో ఘనపాఠీలై గొప్ప గౌరవం పొందే కుందనాల పండితులు కొందరూ;

ఘనపాఠీలు కాకపోయినా క్రమాంత స్వాధ్యాయి -జటాంత స్వాధ్యాయిలై 'అవధాన్లు' గా గౌరవం పొందేవాళ్ళు కొందరూ ;

వేదం రాకపోయినా నమక చమక శ్రీసూక్త మంత్రపుష్పాలతో పాటు స్మార్తం వచ్చి పురోహితులుగా గౌరవం పొందేవారు కొందరూ;

బ్రాహ్మణ పౌరోహిత్యం కాకుండా మిగతా వాళ్ళ శుభకార్యాలు మాత్రం చేయించగలిగిన వాళ్లు కొందరూ;

ఉట్టి 'ఆయతనవాన్ భవతి' అని మాత్రమే మిగతా వాళ్ళతో అనగలిగి సీనియర్ పురోహితుల వెనకాతల జీవితాంతం కాలక్షేపం చేసే వాళ్ళు కొందరూ;

కేవలం తద్దినం భోక్తృత్వానికి మాత్రమే పనికి వచ్చే వాళ్లు కొందరూ;

కేవలం అపరకర్మలు చేయించే వాళ్ళు కొందరూ; ఇలా కొన్ని వర్గాల వాళ్ళున్నూ...

సంస్కృత తెలుగు సాహిత్యాలు రెండూనో, లేక ఒకటో ఔపోసన పట్టి అగ్రహారాలు పుచ్చుకునే పెద్దకవులూ ;

గణ యతి ప్రాసలు అస్తమానం మననం చేసుకుంటూ చచ్చీ చెడి స్థానిక జమీందారులని పొగిడే పద్యాలు రోజుకు రెండో మూడో రాసే కాలక్షేపం కవులూ;

కవి కాకపోయినా మంచి పాండిత్యం ఉండి శిష్యులని చేరదీసి కాలక్షేపం చేసే వాళ్ళు కొందరూ...

జ్యోతిష్యం బాగా వచ్చి వృత్తిగా చేసుకున్నవాళ్ళు కొందరూ;

జ్యోతిష్యం బాగా రాకపోయినా కొంచెం నేర్చుకుని మహాపండితులుగా చెలామణీ అయ్యే నేర్పుగలవాళ్ళు కొందరూ;

కేవలం పంచాంగం చూసి ముహూర్తాలు పెట్టగలిగి కాలక్షేపం చేసేవాళ్ళు

కొందరూ...

ఆయుర్వేదం, సంగీతం ..ఇలాంటి ఇతర వృత్తులలో వివిధ ప్రతిభా స్థాయిలు కలవాళ్ళు కొందరూ..

ఇలా బ్రాహ్మణులు ఉండేవారు.

ఆలోచిస్తూ నిద్రలోకి జారుకున్నారు అప్పారావు గారు.

❖❖❖

10

మర్నాడూ అవే ఆలోచనలు గురజాడకి.

ప్రతీ మనిషికి ముందు కావలసింది తిండి, బట్ట, గూడు, ఇతర కనీస సౌకర్యాలు. తరవాతే దేవుడో, దెయ్యమో, మతమో ఏదైనా!. బ్రాహ్మళ్ళకైనా, ఎవరికైనా అదే రూలు.

చాలాకాలం పాటు ఈ దేశంలో రాజులు వాళ్ళ సైన్యాలు గురించీ, రాజకుటింబీకుల విలాసాల గురించీ ప్రజల నుండి పన్నులు వసూలు చేయడం తప్పిస్తే పెద్దగా అభివృద్ధి పనులూ, ప్రజాసంక్షేమ పనులూ చేపట్టి ఎరగరు.

ఆంధ్రదేశంలో 15వ శతాబ్దం నుండీ రాజులు అలాంటి ప్రజోపకారపు పనులు హెచ్చుగా చేపట్టినట్లు తెలుస్తోంది.

రాజులు ప్రజల వ్యవహారాల్లో బాగా తలదూర్చినప్పుడు కోటలో ఉద్యోగులు హెచ్చుగా కావాలి. కొన్ని ఉద్యోగాలకు చదువూ, వ్యవహారంజ్ఞానం కావాలి. ముఖ్యంగా రికార్డులు తయారు చేయడం తెలివితేటలతో కూడిన వ్యవహారం.

ఆనాడు బ్రాహ్మణులలోనే చదువుకునే వాళ్ళు హెచ్చుమంది ఉండేవారు. రాజోద్యోగులందరికీ వాళ్ళ వాళ్ళ అంతస్తు బట్టి 'పాగా' ఉంటుంది. కోటలో పాగా వేస్తే బతుక్కి ఢోకా ఉండదు. చాలా మంది బ్రాహ్మణులు కోటలో పాగా వేసేరు. ఒక సారి పాగా వేస్తే క్రమంగా పిల్లలూ, మనవలూ కోటలో 'పాగా' వేస్తూ

ఉండే అవకాశం.

ఇది కాక గ్రామ స్థాయిలో రికార్డుల నిర్వహణకు కూడా ఉద్యోగులు కావాలి. ఒకసారి గ్రామకరణం అయితే, వంశపారంపర్యంగా ఉండే అవకాశం ఉంది.

రాజోద్యోగుల బాధ్యతలూ, గ్రామ కరణం బాధ్యతలలో 'నియోగింపబడిన' వాళ్ళలో తరతరాలు హెచ్చుమంది అదే పని చేసేవారు. వాళ్ళే నియోగులు. ఒకసారి నియోగులు గా ముద్రపడిన కుటుంబాలలో ఎవరైనా వేరే వృత్తి చేసినా వాళ్ళు 'నియోగులే'.

ఇలా ఉద్యోగాలు చేసేవాళ్ళకు సహజంగానే ఇదివరకటి బ్రాహ్మణుల తీరిక ఉండదు. సహజంగా ఈ కుటుంబాలలో వైదిక విద్యలు నేర్వడం, వైదిక కర్మల ఆచరణ తగ్గుతుంది.

లోక వ్యవహారాలు చేసే వాళ్ళు కాబట్టి వీళ్లకి లోకజ్ఞానం పెరుగుతుంది. చాందసం తగ్గుతుంది. 'లౌక్యులు' ఔతారు.

లోకజ్ఞానం పెరిగి, చాందసం తగ్గినప్పుడు సహజంగానే వాళ్ళు వ్యవహార కర్తలు అవుతారు. వ్యవహార కర్తలు ఇతరులను సులువుగా లోబరుచుకోగలరు.

సంస్కరణ వాదులూ వీళ్ళలోనే హెచ్చుమంది ఉంటారు. చెడు సాంప్రదాయాలనుండి కానీ, కాలం చెల్లిన సాంప్రదాయాల నుండి కానీ వీళ్ళే ముందుగా బయటికి రాగలరు.

వైదిక- నియోగ బేధం మొదలవడం రాజోద్యోగాలు పెరగడం మొదలైన నాటి నుండే.

నియోగులలో వైదిక జ్ఞానం తగ్గడం, ఆచారాలు సరిగా పాటించక పోవడం వల్ల వైదికులు నియోగులని 'తక్కువగా' చూడ్డం ప్రారంభించేరు. వైదికులు లోకజ్ఞానం తక్కువగా ఉండి ,చాందసంగా ఉండి, కొన్ని మూఢాచారాలు పాటిస్తుండడం వల్ల నియోగులు వాళ్ళని తక్కువగా చూడ్డం మొదలెట్టేరు.

సరే తెలుగు బ్రాహ్మణులం మా ఏడుపేదో మేం ఏడుస్తాం. మధ్యలో ఈ ద్రావిళ్ళ గోల ఏంటి? వాళ్ళకీ వైదికుల మద్దత్తేంటి? ముఖ్యంగా ఈ నందిపిల్లి

ద్రావిడ బ్రాహ్మళ్ళకు వైదీకుల మద్దత్తు భరించరానిది. నాన్ సెన్స్.

నందిపిల్లి వాళ్ళకు తగిన బుద్ధి చెప్పాలి. నందిపిల్లేమిటి! మొత్తం వైదీకులకే బుద్ధిచెప్పాలి.

అయితే కేవలం వీళ్ళకు బుద్ధి చెప్పడం కోసం మనం సమయం వినియోగించకూడదు. దానివల్ల మనకో గొప్ప ప్రయోజనం ఉండాలి. లాభ నష్టాలు బేరీజు వెయ్యకుండా నాలాంటి బుద్ధిమంతుడు ఏ పనీ చెయ్యకూడదు.

" ఆలస్యం అమృతం విషం " అన్న శాస్త్రకారుడే "నిదానం ప్రదానం' అని కూడా అన్నాడు. అంచేత తగిన సమయం కోసం ఆగాలి.

❖❖❖

11

మహామహోపాధ్యాయ తాతా సుబ్బరాయశాస్త్రి గారు అప్పుడికింకా యువకుడు. గురజాడ కంటే చిన్న. కుశాగ్రబుద్ధి. అప్పుడికే చిరుత పాణిని.

సంస్కృతానికి సంబంధించిన ఏ విషయమైనా గురజాడ వారు సంప్రదించేది రాయుడిశాస్త్రినే. లోక వ్యవహారాలకు చెందిన విషయాలు ఆంగ్లమానస పుత్రుడైన అప్పారావు దగ్గర తెలుసుకునేవారు శాస్త్రి గారు.శాస్త్రిగారు సాంప్రదాయ విద్యలని ఆపోసన పట్టినతనే కాని చాందసుడు కాదు.

నందిపిల్లినుండి తిరిగొచ్చిన మూడోరోజునే గురజాడా, శాస్త్రిగారూ విజయ నగరంలో కలిసేరు. ఉభయకుశలోపరి, గురజాడ నందిపిల్లిలో పేకాట సమయంలో జరిగిన అవమానం గురించి చెప్పేరు శాస్త్రి గారితో. ఆయన చేసిన సంస్కృత సంభాషణ ఏమిటో చెప్పకుండా, నందిపిల్లి వాళ్లు తనకు అవమానం చేసిన సంగతి మాత్రమే చెప్పేరు.

ఎంత సంస్కృతం తెలిసినా నందిపిల్లి వాళ్లకు అంత అహంభావం కూడదనీ, 'ఈ రోజుల్లో సంస్కృతం చదువెవడిక్కావాలన్న' విషయం నందిపిల్లి వాళ్లు గ్రహించాలనీ, ఇవి ఇంగ్లీషు చదువు రోజులన్న విషయం వాళ్ళకి అర్థం

కావడం లేదనీ' గురజాడ వారు శాస్త్రిగారితో అన్నారు.

వేలు చూపిస్తే మండమింగే రకం రాయుడు శాస్త్రి గారు.

సంస్కృత సాహిత్యం గురించి ఎంతయినా ఇంగ్లీషులో చదివి తెలుసుకోవచ్చుననీ, కాని ఎన్ని సంవత్సరాలు సంస్కృతం ఇంగ్లీషులో చదవినా, వ్యాకరణం సంగతి అలా అట్టేపెట్టండి, ఆఖరికి ఒక వాక్యం కూడా తప్పులు లేకుండా రాయడం-మాట్లాడ్డం అసాధ్యమనీ గురజాడ వారికి శాస్త్రిగారు చెప్పేరు.

మహామహోపాధ్యాయ శ్రీ తాతా సుబ్బారాయ శాస్త్రి గారు (1867-1944) గురజాడ సమకాలికులు

ఒక్కక్షణం ఆగి, శబ్దమంజరి - ధాతుమంజరీ నోటికి రావాలన్నారు.

రాయుడు శాస్త్రిగారు అలా అనడం మానుతున్న గాయం మీద కత్తితో కోసి నట్లయింది.

'రాయుడి శాస్త్రిది అమాయకత్వమా, గడుసుతనమా?'

గురజాడ తీవ్రంగా ఆలోచిస్తున్నారు.

ఏమో అతడూ ఆ తాను ముక్కే. ఆయనది నందిపిల్లి కాకపోవచ్చును. కాని అతడి కుటుంబంలో సోదరిని నందిపిల్లి పేరి వారికే ఇచ్చేరు.

రాజుగారు ధార్మిక, మత, సాహిత్య , విద్యా విషయాల్లో ఎప్పుడూ రాయుడు శాస్త్రిగారినో, వారి మావఁగారి నో, లేకపోతే 'పంతుల' వారినో సలహా చేస్తుంటారు. ఇక్కడా ద్రావిళ్ళే .

వీళ్లని ఎలాగైనా తప్పించి ఆ స్థానం తాను తీసుకోవాలి. రాజు అంతరంగిక మనిషి కావాలి.

తన సిఫారసుమీద మాత్రమే ఈ పండితులు రాజుగారిని కలవగలిగే రోజు రావాలి.

ఈరోజునుండి ఇదే తన ధ్యేయం.

ఏం చెయ్యాలి?

Wait Mr. Apparao wait !

పేషెన్స్ ఉంటేకాని లోకంలో నెగ్గుకు రాలేం!

❖❖❖

12

రోజూ లాగే పుస్తకాలు చదువుకుని రాత్రి సుమారు 12 గంటలకు , దీపం ఘనం చేసి, పక్కమీదకు వెళ్ళేరు గురజాడ వారు.

కునుకు పట్టిందా లేదా అన్నట్టుగా ఉంది.

'Well my dear గిరీశం get up, get up' అంటూ తట్టిలేపేరు ఎవరో.

ఒంటిమీద మీద చెయ్యి పడిందా లేదా అన్నట్టుంది ఆ తట్టడం.

"ఎవరు నువ్వు" అని అడిగేరు గురజాడ వారు. లేచేరో లేదో కూడా ఆయనకే స్పష్టతలేదు.

"నేనూ, నీ ఆత్మని" అని జవాబొచ్చింది.

"నేను ఆత్మలుంటాయని నమ్మను" అన్నారు గురజాడ వారు.

"నిన్ను నువ్వు నమ్ముతావా" అని అవతలనుండి ప్రశ్న.

"నమ్ముతాను" అన్నారు గురజాడ వారు.

"నిన్ను నువ్వు నమ్మితే నేనున్నానని నమ్మకపోయినా పరవాలేదు" అని అవతలనుండి జవాబు.

"ఇంతకీ 'గిరీశం' అంటున్నావు. అంటే పర్వతరాజు. నన్నేనా పిలుస్తున్నది" అన్నారు.

"అవును. పోనీ నచ్చకపోతే 'పంతులు' అని పిలుస్తాను

"ఇంతకీ విషయం చెప్పు"

"చిన్నప్పుడే నీపేరు రాసి, కింద 'మున్సిఫ్ మేజిస్ట్రేట్' అని రాసేవుట"

"అవును. కాదన్నానా?"

"ఇప్పుడు అది సాధ్యమా"

"ఇప్పుడు సాధ్యం కాదు".

"మీ నాన్న, మీ తాత, చిన్నో - పెద్దో , గుమస్తా పనులు చేసేరు. నువ్వూ అదే పనిచేస్తావా"

"No, no, no ఎప్పుడూ అలా జరగదు"

"పోనీ మేష్టో, లెక్చరరో అవుతావా"

"లేదు. అంతకంటే గుమస్తా ఉద్యోగమే మంచింది"

"అయితే ఏమిటి నీ ధ్యేయం"

"కోటలో పాగా వెయ్యాలి"

"అంటే, ఏదో ఓ ఉద్యోగమా"

"కాదు. రాజుగారి ఆంతరంగికుడు అవ్వాలి. సలహాదారుడు కావాలి.

" అంటే హామీషా రాజు గారి పక్కన ఉండడం. అదేనా?"

"అవును"

"మరి ఇప్పడికే చాలా మంది పండితులు అతని చుట్టూ ఉన్నారు. వాళ్ళ

సంగతి"

"ఎలాగో అలాగ వాళ్ళని రాజు గారు పక్కన పెట్టేలా చూడాలి. ఏదో రస్సా వెయ్యాలి. వాళ్ళ స్థానం నేను అక్రమించాలి. అదీ నా ధ్యేయం"

"ఈ ధ్యేయం ఎప్పటినుండి?"

"గత రెండేళ్ల నుండి ఇదే ధ్యేయంగా పెట్టుకున్నాను"

"మరి ఇవాళ పగలు రాయుడు శాస్త్రిగారిని కలిసిననుండీ ఇదే ధ్యేయం అన్నావు. ఇప్పుడు ఇంతకు ముందు నుండీ ఇదే ధ్యేయం అంటున్నావు"

"నీతో అబద్ధం చెప్పను. ఇప్పుడు చెప్పిందే నిజం"

"ఎలా సాధిస్తావు"

"ఇప్పుడే లీలగా ఆనుతోంది"

"అంటే"

"అవమానాన్ని అవకాశంగా మలుచుకోవాలి"

"Yes. You are on right path. Go ahead my dear గిరీశం పంతులూ"

ఎప్పుడో మెల్లిగా నిద్ర పట్టేసింది.

❖❖❖

13

"ఆనందగజపతిరాజు గారి దృష్టిలో ముందు పడాలి"

" ఎలా?"

"వేదవేదాంగాల్లోనూ, ధర్మశాస్త్రాలలోనూ, సంస్కృత సాహిత్యంలోనూ , ప్రాచీన తెలుగు సాహిత్యంలోనూ, కవిత్వం చెప్పడంలోనూ-ఆయన చుట్టూ ఇప్పుడున్న వాళ్ళ ప్రతిభను మించిన ప్రతిభ తనకు లేదు. ద్రావిళ్ళతో కూడిన వైదీకుల డామినేషన్. అంచేత ఆ విషయాల్లో తలదూరిస్తే, తలబొప్పి కట్టడం

తప్పిస్తే మరో ప్రయోజనం ఏమీ లేదు"

"తనకు ఏ విషయాల్లో అయితే ఆ చుట్టూ ఉన్నవాళ్ల కంటే హెచ్చు ప్రతిభ ఉందో అవి రాజుకు పరిచయం లేనివి, ఆసక్తి లేనివి. వాటిలో ప్రతిభ చూపించినా, మహా అయితే ఓ రెండు శాలువలు దక్కుతాయి కాని, ఫలితం గుండుసున్న".

"మరేం చెయ్యాలి?"

"రాజు గారు ఏ విషయం మీద ఈ మధ్య ప్రధానంగా దృష్టి సారిస్తున్నారో కొంచెం వాకబు చెయ్యాలి".

తీవ్రంగా ఆలోచిస్తున్నారు గురజాడ వారు.

ఒక్క ఏడాది గడిచింది. కాలేజీలో పాఠాలు చెప్పుకుంటూనే, ధ్యేయమూ మరిచిపోలేదు; రాజుగారికి అభిమాన వేషం ఏమిటా అని వాకబు చెయ్యడమూ మరిచిపోలేదు.

ఒకనాడు అప్పారావు గారి దృష్టికి ఒక ముఖ్యమైన వార్త వచ్చింది. అతిబాల్య వివాహాలు ఆయన సంస్థానంలో జరగడం గురించి రాజు గారు చాలా ఆందోళనతో ఉన్నారనీ, అటువంటి దురాచారాన్ని అసహ్యించుకుంటున్నారనీ, అదీకాక 1883 నుండి 1886 వరకూ విశాఖపట్నం జిల్లాలో జరిగిన బాల్య వివాహాల సర్వే చేయించేరనీ తెలుసుకున్నారు. అదీకాక వివాహానికి కనీస వయసు నిర్ణయించి, దాన్ని అతిక్రమించే వాళ్ళను శిక్షించే 'బాల్యవివాహాల నిరోధక బిల్లు ' మద్రాస్ శాసన సభలో వీగిపోయిందనీ కూడా తెలుసుకున్నారు .

ఈ దురాచారం నియోగుల్లో దాదాపుగా శూన్యం. వాళ్లలో అలా లేకపోవ డానికి కావలిసిన భౌతిక కారణాలు ఉన్నాయి.

రాజుగారు బాగా అసహ్యించుకునే ఒక దురాచారం రాజుగారు బాగా విలువిచ్చే ఆయన చుట్టూ ఉండే ద్రావిడ-- వైదీక పండితుల్లోనే హెచ్చుగా ఉంది.

మెరుపులాంటి ఆలోచన వచ్చింది.

నందిపిల్లిలో పేకాట సంఘటనలు ఒక్కొక్కటీ కంటిముందు తిరిగేయి:

'బాగ్గెం'అక్క 'నాలాంటి భాగ్యం ఇంకెవరికీ కలగకుండా చూసే బాధ్యత నీదే సుమీ' అంటునట్టు ఆయన వేపు చూసిన చూపూ;

తాను 'పూజామః' అంటే 'పూజయామః' అని వ్యాకరణం సరిదిద్దిన చిన్నగుంటడు ఓరుగంటి కొండడూ ;

'చబాష్, చబాష్' అన్న ధవళ సుబ్రహ్మణ్యం ;

సురేకారం అత్త సంస్కృతంలో వేసిన ప్రశ్నా;

'సంస్కృతం మాట్లాడ్డం అంటే నాలుగు బొట్లేరు ఇంగ్లీషు ముక్కలు పేలడం కాదొరేయ్ అప్పారావు' అన్న గంటి చేన్లూ ;

కిసుక్కున నవ్విన చిన్నత్తా;

ఇవన్నీ ఒకెత్తు. విజయనగరంలో :

"సంస్కృతం మాట్లాడడానికి ఇంగ్లీషులో సంస్కృతం చదవడం చాలదన్న" రాయుడు శాస్త్రి ఒకెత్తు.

అందరి మొహాలూ కనిపించేయి.

ఆయన చెయ్యవలసిన పనంతా కళ్ళముందు స్పష్టంగా కనపడింది గురజాడ వారికి.

పని మొదలెట్టడమే తరువాయి.

❖❖❖

14

తీవ్రంగా ఆలోచిస్తున్నారు గురజాడ వారు.

"కన్యాశుల్కం - బాల్యవివాహం దురాచారాల మీద కవిత్వం రాసి రాజుగారి దగ్గర చదివితే ఎలావుంటుంది? "

"ఏడిసినట్టుంది"

నవరత్నాలయినా, అష్టదిగ్గజాలయినా, ఇంకేకవులైనా, ఏ కాలం వాళ్ళయినా;

వాళ్ళ వాళ్ళ రాజుల దగ్గర చచ్చీచెడి ఒక 5 -6 నిముషాల వ్యవధి కలిగిన appointment సంపాదించుకుని, 15 -20 సంస్కృత పద్యాలో(శ్లోకాలో), తెలుగు పద్యాలో చదువుతారు. అవి ఆ రాజుగారికి ఏమీ అర్థంకావు. మధ్య మధ్యన మాత్రం విలాసంగా నవ్వి, మీసం దువ్వుతారు రాజుగారు.

కవులు రాజుగారిని సరస్వతీ పుత్రుడనీ, దానకర్ణుడనీ రాజుగారికి అర్థం కాని భాషలో గొప్ప వాగాడంబరంగానూ, అలంకారాలతోనూ ఓ నాలుగు పద్యాలూ; రాజుగారికి అర్థం అయ్యే భాషలో ఓ నాలుగు పద్యాలూ; చదువుతారు. అవి గంటంతో తాటాకులమీదో, కలంతో కాయితం మీదో ముందుగా రాసి అట్టేపెడతారు. ఆ పద్యాలు రాజుగారు తీసీసుకుంటారు .

కవి గారు మొత్తం చదవడం అయిన తరువాత ఆస్థానకవి వైపు చూస్తారు రాజుగారు. కవి గారికి ఏం బహుమానం ఇవ్వాలో ఆ ఆస్థాన కవి గారు నిర్ణయిస్తారు. వారి దయ-వీరి ప్రాప్తం.

అగ్రహారాలు మొదలుకుని -ఒట్టిపోయిన ఆవులో, గేదెలో కూడా ; ఏవైనా ఉండొచ్చు ఆ బహుమానాల్లో.

తరవాత కాలాల్లో వచ్చిన కవులు రాజుల విద్వత్తు గురించీ, దాతృత్వం గురించీ ఆ పొగడ్త పద్యాలలో ఉన్నవన్నీ నిజమే అనుక్కుని మనకి వాటిని తరత రాలుగా వారసత్వ సంపదగా అందిస్తూ ఉంటారు. మనమూ నిజమే అనుక్కుని వాళ్ళని స్మరించుకుంటూ ఉంటాం.

అలా రాజుల్ని స్మరించుకోవడానికి, పొగడ్డానికీ తనకు కూడా వ్యతిరేకత లేదు (తన పని అవుతుందంటే). కానీ తనకి కావలసింది ఆనందగజపతి కి తాను చెప్పేది పూర్తిగా అర్థం అవడం; అతడు తనని గుర్తించి తనకి అతని కోటలో ఒక ప్రముఖ స్థానాన్ని ఇవ్వడం; ఇప్పుడు రాజుగారి చుట్టూ ఉన్న ద్రావిడ - వైదీకి పండితుల కంటే తనకి హెచ్చు విలువ ఇవ్వడం.

తాను పద్యాలు రాసినా, లేక కష్టపడి ఎవరి సహాయంతోటో శ్లోకాలు తయారు చేసి ఇచ్చినా, బహుమానాలు వస్తాయి కాని, తన ధ్యేయం నెరవేరదు.

కాబట్టి రాజుకు విషయం పూర్తిగా అర్ధం అయ్యే భాషలో బాల్యవివాహాల అనైతికత గురించీ, హెచ్చు కన్యాశుల్కం పుచ్చుకుని ముసిలి వాళ్ళకి పెళ్ళిచెయ్య డమనే పేరున 'అమ్మడం' గురించీ రాయాలి. ఆ దురాచారం రాజుగారు నిత్యం గౌరవించే ద్రావిడ -వైదీకి పండిత కుటుంబాలలోనే ఉందని స్పష్టంగా తెలిసేలా రాయాలి.

విధవా వివాహం గురించి, ఎలాగూ వీరేశలింగం పంతులు గారు బయటకు లాగేరు కాబట్టి దాన్ని గురించి కొంత చర్చించాలి. విధవా వివాహం మీద రాజుగారి అభిప్రాయం తెలీదు కాబట్టి, తొందరపడి ఆ రాయబోయేదాంట్లో విధవా వివాహం చేయించ కూడదు.

రాజుగారి దగ్గర చదవడం కంటే, రాజుకారికి చూపిస్తే బాగా గుర్తుపెట్టు కుంటారు కాబట్టి 'నాటకం' రూపంలో రాయాలి.

Go at once Apparao Pantulu. Don't delay.

❖❖❖

15

ఏమిటి రాయాలో ఒక స్పష్టత వచ్చింది గురజాడ వారికి. తన ధ్యేయం పూర్తిగా నెరవేరాలంటే ఆనంద గజపతి రాజుగారుకి తాను రాయబోయే నాటకంలో నచ్చే విషయాలు ఉంటే సరిపోదు. నచ్చని విషయాలు ఉండకూడదు. ఇది చాలా జాగ్రత్త పడవలసిన సందర్భం.

రాజుగారు బాల్యవివాహాలూ, కన్యాశుల్కం విషయాల్లో అభ్యుదయ ఆలోచనలు ఉన్నవాడైనా, స్వతహాగా సాంప్రదాయ వ్యతిరేకి కాదు. అంచేత రాజుల సాంప్రదాయాల పట్ల పొరపాటున కూడా ఏ విమర్శా ఉండకుండా చూసుకోవాలి.

అసలు క్షత్రియుల ప్రస్తావనే నాటకంలో తీసుకురాకుండా ఉంటే పోయింది కదా.

వివాహంలో కన్యాశుల్కం అనేది తెలుగునాట నియోగ బ్రాహ్మణులలో తన కాలానికి లేదు. మగపిల్లలు లౌకికమైన ఉద్యోగాలు చెయ్యడం వల్ల ధన సంపాదన ఉండడం, సామాజిక హోదా ఉండడం, దాని కారణంగా శుల్కం ఇవ్వ క్కరలేకుండా పిల్ల లభించడం నియోగులకు వరం. క్షత్రియులలో కూడా కన్యాశుల్కం ఇవ్వక్కరలేదు.

కన్యాశుల్కం మిగతా అన్ని కులాల్లోనూ ఉంది. బాల్యవివాహాలు, కన్యాశుల్కం సర్వసాధారణం. కానీ తాను రాసే నాటకంలో మాత్రం ఇది వైదిక బ్రాహ్మణులలోనే ఉన్న దురాచారంగా చూపించాలి. అన్ని కులాల్లోనూ ఉన్న దురాచారంగా చూపిస్తే రాసిన ప్రధానోద్దేశం దెబ్బతింటుంది.

కన్యాశుల్కం ఎన్ని రూపాయలు అనే విషయాల్లోనూ, పెళ్ళికొడుకుల వయసు విషయంలోనూ అత్యతిశయోక్తులకు మొహమాట పడకూడదు. రాజుగారు చూడొచ్చేరా ? ఆయనకు కన్యాశుల్కం తీసుకునే వాళ్ళంటే అసహ్యం వేసేటంతగా అతిశయోక్తులు ఉండాలి.

కన్యాశుల్క దురాచారం ఉన్న ఊర్లపేర్లు రాసినప్పుడు అవి పూర్తి ద్రావిడ అగ్రహారాలో, లేక ద్రావిడేతర వైదిక బ్రాహ్మణ అగ్రహారాలో, లేక రెండు శాఖలూ కలిసున్న వాటినే తీసుకోవాలి.

పొరపాటున కూడా ఆ ఊర్లలో ఉన్నవాళ్ల పాండిత్యం గురించో, లేక ఇతర ప్రతిభ గురించో నాటకంలో దొర్లకుండా చూసుకోవాలి.

విషయం గంభీరమైనా పూర్తి హాస్య శైలి ఉండాలి. అప్పుడే నాటకం రక్తి కడుతుంది.

పూర్తి వచనం అయ్యుండాలి. ఇప్పడికొచ్చి పూర్తి వచన సాంఘిక నాటకం లేదు. ఇంగ్లీషు నాటకాలు తాను బాగా చదివేడు కాబట్టి వాటిని ఆదర్శంగా తీసుకోవచ్చు. తనకు పూర్తి స్వేచ్ఛ ఉంది.

భాష విషయం కొంచెం ఆలోచించాలి. గ్రాంధికమా, సరళ గ్రాంధికమా, శిష్ట వ్యావహారికమా, వ్యావహారికమా, అచ్చం పాత్రలు నిజజీవితంలో ఎలా మాట్లాడతాయో అలాగే ఉండాలా-ఇది ఆలోచించి నిర్ణయం తీసుకోవాలి.

ఒక్క విషయం మరిచిపోకూడదు. కన్యాశుల్కం ఉన్నా అక్కడ జరిగేది పెళ్ళి. పొరపాటున కూడా అక్కడ జరిగేది పెళ్ళి అనిపించకూడదు. 'ఆడపిల్లల అమ్మకం' అని రాజుగారికి అనిపించాలి.

Be careful Apparao, 'Selling girls-damn it' అనుక్కోవాలి చదివే వాళ్ళు.

ఇవి తీసుకోవలసిన కనీస జాగ్రత్తలు.

❖❖❖

16

అప్పటికే నేను గురజాడ అప్పారావు పేరుతోనే ఇంగ్లీష్ పద్యాలు రచించడం, అవి ముందు విజయనగరంలో ఒక పత్రికలోనూ, తరవాత కలకత్తా నుండి వచ్చే మరో పత్రికలోనూ అచ్చు కావడం జరిగేయి. అప్పుడు పద్యాలు ఎలాంటి భాషలో రాయాలో పెద్దగా ఆలోచించక్కరలేక పోయింది. సారంగధర తనకు బాగా తెలిసున్న కథ అవడం వల్ల ఇంగ్లీష్‌లోఅప్పుడప్పుడే వస్తున్న నూతన శైలిలో రాస్తే సరిపోయింది. కానీ ఇప్పుడలా కుదరదు. ఇంతగా ఆలోచించవలసిన అవసరం ఎప్పుడూ రాలేదు తనకి.

పూర్తి గ్రాంథికంలో రాసి మధ్యలో పద్యాలు పెట్టడం ఓ పద్ధతి. పండితుల మధ్య మంచి గౌరవం వస్తుంది. నటులు రాగయుక్తంగా పద్యాలు చదువుతారు. సంస్కృత నాటకాలూ, హిందుస్థానీ నాటకాలూ అలవాటయిన విజయనగరం ప్రజలు ఆదరించొచ్చు కూడా. అయితే ఫలితం? మహా అయితే రాజుగారినుండి మంచి బహుమానం. Who cares?

పద్యాలతో కూడిన గ్రాంధిక భాషానాటకంలో నేను చూపించగల టక్కుటమార విద్యలన్నీ నాకంటె బాగానే చూపించగలరు రాజుగారి దగ్గరున్న వైదిక పండితులు.

అసలు ధ్యేయం నెరవేరదు. వ్రతం చెడ్డా ఫలితం దక్కదు. అంచేత గ్రాంధిక

భాషా, సరళ గ్రాంథికం కూడా ruled out.

ఇకపోతే శిష్టవ్యవహారికమూ, మామూలు వ్యవహారికమూ సంగతి. ఇవీ లాభం లేదు. అయితే అటకమీద ఉండాలి. లేకపోతే నేలమీద ఉండాలి. మధ్యలో నిచ్చెన మీద ఉండడం ఏమిటి?

ఏ పాత్ర నిజజీవితంలో ఎలా మాట్లాడుతుందో అలాగే భాషా, ఉచ్ఛారణా కూడా ఉండాలి. నిజ జీవితంలో పద్యాలలో మాట్లాడుకోం కాబట్టి, నాటకంలో పద్యాలు కూడా ఉండకూడదు. కావలిస్తే వెటకారానికి ఒకటో రెండో పద్యాలు పెట్టొచ్చు. హాస్యానికీ, వెటకారానికీ ఆ భాషే సరైనది.

ఇప్పటికి ఓ వ్యవహారం ఫైసలా అయింది.

ఇహ ఊళ్ళ పేర్లు తేల్చాలి.

డబ్బుపుచ్చుకుని ముసిలి వాళ్లకు పిల్లను అమ్మే ఊరి పేరు ముందు నిర్ణయించాలి. అరవై బ్రాహ్మణ ఇళ్ళ ద్రావిడ-వైదిక అగ్రహారం 'నందిపిల్లి' పేరు పెట్టేయొచ్చు. వాళ్ళ 'గీర' వదిలిపోతుంది. 'నందిపిల్లి శాస్తుల్లు' ని కన్యాశుల్కం తీసుకుని చిన్న పిల్లని అమ్ముకునే తండ్రిగా చూపించొచ్చు.

చూపించొచ్చు.. కానీ...అప్పటి పండుగల్లో పేకాట సంగతి గుర్తుకు తెచ్చుకుంటే, అది యెంతమాత్రం వీలుపడదని అర్థం అవుతోంది. ఆ ధవళ సుబ్రహ్మణ్యం, గంటి చేన్లూ దుష్టు వెధవలు.

అసలు నందిపిల్లి వాళ్లే బార్బరస్ people. సమయం కనిపెట్టి దేహశుద్ధి చేసినా చేస్తారు. Prudence is the best part of valour అన్నారు. నందిపిల్లి is ruled out.

ఒక పెద్ద అగ్రహారం, నియ్యోగపాడు ఒక్కడూ లేనిది, ద్రావిళ్ళ పుట్ట, ఇంకోటి ఏదీ ?

Yes. కృష్ణరాయపురం అగ్రహారం. ఆర్యసోమయజుల వారూ, అయిలసోమయాజుల వారూ, గంటి వారూ... ఇలా అందరూ ద్రావిడులే.

ఇదీ పిల్లను అమ్ముకునే ఊరు.

Next, ఇహ పిల్లను కొన్న ఊరు సంగతి.

ద్రావిళ్ళది కాకుండా వైదీకులది అవ్వాలి... ఏదీ ? ఓహ్ . పిల్లని సంకలో పెట్టుకుని ఊరంతా వెతికినట్టు...నేను చిన్నప్పుడు మసిలిన గులివిందాడ అగ్రహారం. ఆ పేరుకు బరువు లేదు. దాని రెండో పేరు రామచంద్రాపురం అగ్రహారం. అది ఖాయం చేద్దాం.

అయినా నందిపిల్లి ప్రస్తావన లేకుండా ఉండకూడదు. ఎక్కడ తేవాలీ...రేపు ఆలోచిద్దాం.

❖❖❖

17

అమ్మయ్య. నాటకం మొత్తం ప్లాట్ సిద్ధం అయింది. ఇహ రాయడమే తరువాయి.

బాల్యవివాహాల మీదా, వితంతు వివాహం మీదా, ఉంపుడు కత్తెల(nauch)మీదా వీరేశలింగం గారు ఇప్పటికే చాలా రాసేరు. అవన్నీ ఓ సారి చదివి తను మొదలెడితే మంచిది.

పెట్టబోయే పేర్లు వాళ్ళ వాళ్ళ గుణాలను సూచించాలి. సమాజంలో ఉండే మూఢ నమ్మకాలనూ, ఇతర అవలక్షణాలనూ హాస్యంగానే అయినా ఎండగట్టాలి. కోర్టులూ, ప్లీడర్లూ, పోలీసులూ -అందరినీ స్పృశించాలి. నాకిష్టమైన ఎత్తురఫు ఆట అందులో భాగం కావాలి.

నేను రాయబోయేది farce(ప్రహసనం). అది పూర్తి కామెడీ అయిఉండాలి. అంటే పాఠకుడు చదవడం పూర్తయిన తరువాత, ప్రేక్షకుడు చూడడం పూర్తయిన తరవాత, అతడికి హాస్యం వల్ల పుట్టిన ఆనందం కలగాలి. హాస్యరస ప్రహసనం అని అందాం.

ప్రహసనానికి నాయకుడు అక్కరలేదు. నాయకుడు అనగానే బోల్డన్ని మంచిలక్షణాలు, అతడి చేత మంచి చేయించడం... మొదట్లో మంగళం, మధ్యలో

మంగళం, చివర్లో మంగళం...ఇత్యాది పాత నిబంధనలు తప్పనిసరి. వైదిక బ్రాహ్మణ కుటుంబాలలో వాళ్ళ స్వార్థం వల్ల కలిగే భీభత్సాన్ని వెటకారంగా రాయడం ఉద్దేశం అయినపుడు మరి ఇందులో నాయకుడు ఉండడానికి వీల్లేదు. ఆ కుటుంబాలలో ఉండే 'చెత్త' ఏమిటో స్పష్టంగా చెప్పడానికి ఆ చెత్తకి వ్యతిరే కమైన 'మంచి' ఏమిటో ప్రధాన పాత్రద్వారా చెప్పించాలి కాని, 'మంచి జరగడం' చూపించకూడదు. అలా మంచి జరిగితే ఈ వైదికపాళ్ళు చివరకు మారిపోయి మంచిపనులకు స్వీకారం చుట్టీసెరేమో అని రాజు గారు అభిప్రాయ పడితే కొంప లంటుకుపోతాయి. నాటకం పూర్తయ్యేసరికి వాళ్ళమీద మరికొంచెం అసహ్యం పుట్టాలి కాని, సదభిప్రాయం పుట్టకూడదు. అంచేత నాటకంలో ప్రధాన పాత్ర చాలా మంచి విషయాలు మాట్లాడుతూనే ఒక rougue అయ్యుండాలి. ప్రధానంగా వాడి చేతే హాస్యం పండించాలి. ఆ పాత్ర ఎలా తీర్చిదిద్దుతానో దాని మీదే ఆ నాటకం విజయం ఆధారపడి ఉంది. ఒక్క మాటలో చెప్పాలంటే నేనే ఆ పాత్ర, ఆ పాత్రే నేను. So, there is no hero in my drama in the conventional sense.

నాయకుడు లేడు కాబట్టి నాయిక కూడా అక్కరలేదు.

ఒక్క విషయం మరిచిపోకూడదు. వైదిక బ్రాహ్మణ బాల విధవలు అంతా కామాన్ని తట్టుకోలేక పురుషులతో సంబంధాలు పెట్టుకున్నట్టు నాటకంలో చూపించాలి. కామ సంబంధం లేని చోట, పురుషుడికి సులువుగా లోబడే వ్యక్తిగా చూపించాలి. పాత్రల నిర్మాణంలో వైదిక బ్రాహ్మణులలో దుష్టత్వమే కనిపించాలి కాని, మంచి కనిపించకుండా జాగ్రత్త తీసుకోవాలి.

'లౌక్యులు' , 'పంతులు' అన్న పదాలు సాధారణంగా నియోగులకు పర్యాయపదాలుగా వాడుతున్నారు. చాలా గ్రామాల్లో లౌకిక వ్యవహారాలు చూసేది వాళ్లే కాబట్టి 'లౌక్యులు'. నియోగ ప్రభువులు పేరు చివర 'పంతులు' అని కూడా చాలా మంది రాసుకుంటారు. కానీ ద్రావిడ-వైదిక అగ్రహారాల్లో వైదికులే 'లౌక్యులు'. అంచేత ఓ వైదిక లౌక్యుడు 'పంతులు'ని పాత్రగా పెట్టాలి.

ఒక ఉదాత్తమైన పాత్ర సృష్టించాలి. అతడు ఏ శాఖో చెప్పకుండా చివర

'పంతులు' అని తగిల్చి నియోగిగా భ్రమింపజేయాలి.

ఇక నాటకం రక్తి కట్టించాలి.

ఓహ్ ! మర్చిపోయేను. నందిపిల్లి గురించి ఎక్కడ ప్రస్తావించాలి? నిజమే నందిపిల్లిని మర్చిపోదామనే ఉంది. కానీ ఎలా మరిచిపోవడం?

63 ఏళ్ల చదువుకోని గంగాభాగీరథీ సమానురాలైన సురేకారం అత్త

'ఆర్యా భవాన్ కిం సంస్కృతమభ్యస్తవానాస్తివా'

అని అడుగుతుందా?

నేను తిరిగి సంస్కృతంలో సమాధానం చెపితే తప్పులోస్తాయని అక్కడ అందరూ గ్రహించేరు. ద్రావిడ గుంటవెధవలు కూడా తప్పులు దిద్దేవాళ్ళే.

❖❖❖

18

అన్ని పాత్రలకు పేర్లు పెట్టడం పూర్తయింది.

ప్లీడర్లలోనూ, సాని వాళ్లలోనూ డబ్బు గణించడం తప్పిస్తే మరో నీతి ఉండదు. న్యాయం, ధర్మం ఇలాటి మాటలు పైకి మాట్లాడినా ఎవ్వరూ పట్టించుకోరు. కానీ, నా నాటకంలో ఓ మంచి ఆదర్శమైన ప్లీడర్ ఉంటాడు. ధర్మం మూర్తీభవించిన వాడు. సంజీవరావు పంతులు.. ప్చ్..లాభంలేదు..సౌజన్యారావు పంతులు. 'పంతులు' అని అన్నా 'లౌక్యులు' అని అన్నా 'నియోగి' అనే అందరికీ తెలుసు . అందరూ పోలుస్తారు. ఈ నియోగి పాత్ర ఒక్కటే మంచి ఆదర్శమయిన పాత్ర. ద్రావిడ-వైదీకుల్లో పొరపాటున కూడా అలాంటి పాత్ర పెట్టకూడదు.

అయితే 'రామప్పంతులు' మోసగాడు. వాణ్ణి నియోగి అని జనం అనుక్కోకుండా ఉండాలి. స్పష్టంగా 'లౌక్యుడైన' వైదీకి అని చెప్పేయ్యాలి.

ఇప్పుడు నందిపిల్లి సంగతి తేల్చాలి. కళింగదేశంలో ఉన్న 60 బ్రాహ్మణ ఇళ్ల అగ్రహారాల్లో తీరైన అగ్రహారం నందిపిల్లి. ఎక్కడో North West

ఇండియాలో పెషావర్ కి 50 మైళ్ళ దూరంలో సుమారు 400 BC లో పుట్టి ఇప్పడికీ సజీవంగా ఉండి నందిపిల్లిలో ప్రతీయింట్లోనూ స్వేచ్ఛగా తిరుగుతున్నాడు 'పాణిని'. ప్రతీ ఇంట్లోని స్తంభాలు, తలుపులూ, దూలాలు అష్టాధ్యాయి సూత్రాలు వల్లె వేస్తూ ఉంటాయి. ప్రతీ వాకిట్లో పతంజలి తిరుగుతూ ఉంటాడు. అదీ వాళ్ళ 'గీర'. గీర తగ్గాలి.

రాయబోయే నాటకంలో బాల్యవివాహం జరపకుండా ఆపాలి. దానికి పిల్ల మేనమామ ఓ నాటకం ఆడతాడు. అతడి శిష్యుడికి ఆడపిల్ల వేషం వేయించి, అతడు కృష్ణాతీరం నుండి వస్తున్నట్టూ ఒక ఊరిలో ఆ పిల్లని అమ్మజూపినట్టూ, వేళకి డబ్బు ఇవ్వక పోవడం వల్ల అది తప్పిపోయి మరో ఊర్లో పిల్లను అమ్ముకునే ఉద్దేశంతో వచ్చినట్టూ, ఒక వ్యవహారకర్తతో చెపుతాడు.

ఆ ఊరుపేరు 'నందిపిల్లి' అని పెడదాం.

అక్కడ పదిహేను వందల రూపాయలకు అమ్మజూపేడని రాద్దాం.

అయితే కన్యాశుల్కాలు నందిపిల్లిలో నాలుగయిదు వందల రూపాయల కంటే హెచ్చులేవే!

ఆఁ! రాజుగారికేవైఁనా ధరవరలు తెలుసునేంటి! కన్యాశుల్కం విషయంలో నందిపిల్లివాళ్ళంత దుర్మార్గపు ద్రావిడ- వైదీకులు ఇంకెక్కడా ఉండరని రాజుగారు అసహ్యించుకోవాలి. వాళ్ళ 'గీర' కట్టెయ్యాలి.

నిజమే గుంటవెధవలు కూడా నందిపిల్లిలో సంస్కృతం మాట్లాడతారు. నేను తప్పుల్లేకుండా మాట్లాడలేను. అయితే 'గీర్వాణ' భాష వచ్చినంత మాత్రాన అంత 'గీరా'? ఏదీ అక్కడ పండితులను నాలా నాలుగు ఇంగ్లీష్ ముక్కలు తప్పుల్లేకుండా మాట్లాడమను చూద్దాం. తప్పుల్లేకుండా కాదు, అసలు మాట్లాడేలేరు!

అసలు ఈరోజుల్లో ఈసంస్కృతం ఎవడిక్కావాలి!? నాలా ఇంగ్లీష్ వచ్చినవాడు కావాలి. కాని వాళ్ళకది తెలీదు. దుష్టువెధవలు. నన్ను అవమానం చేస్తారా?.

అదే కాదు వాళ్ళ ప్రకారం నియోగపాడు బ్రాహ్మడే కాదు. ముక్కనుమనాడు నందిపిల్లి శాస్త్రుల్లు ఇంట్లో నాతో కలిసే నలుగురు భోంచేసేరు. కాని ఎక్కడ తిన్నాం!?. రోజూవాళ్ళు తినే గదిలో కాదే! పాలికాపులకు పెట్టే సావిట్లో! గుర్తించ లేదనుకుంటున్నారు కాబోలు.

'అయ్యా సాలగ్రామాలు లేవు క్షమించండి' అని నందిపిల్లి శాస్త్రుల్లు ప్రత్యేకంగా నావైపు చూసి అన్నాడు. సాలగ్రామాలంటే వాళ్ళుద్దేశం ఉల్లిపాయలు. నియోగులం ఉల్లిపాయలు తింటాం. వాళ్ళు తినరు. అందుకూ వాళ్ళ దృష్టిలో మేం తక్కువ స్థాయి బ్రాహ్మళ్ళం.

ఉర్లాం సత్రంలో నియోగులకు వేరే వరస. ద్రావిడ-వైదీకులతో కలిసి కూచోపెట్టరు. ఉల్లిపాయల్తో నియోగులకు ప్రత్యేకంగా పులుసు చేస్తారు.

నన్ను సంస్కృతం విషయంలోనూ బ్రాహ్మణత్వం విషయంలోనూ కూడా నందిపిల్లి వాళ్ళు ఘోర అవమానం చేసేరు.

నందిపిల్లిలో కన్యల రేటు 1500 రూపాయలు అని రాసేస్తే, దీనివల్ల కన్యలను కొనుక్కోడం -అమ్మడం అనే వ్యవహారాలు జరిగే ఊరు నందిపిల్లి అనీ, చాలా హెచ్చు డబ్బు చేతులు మారుతుందనీ , వైదీకపాళ్లు బాగా దురాశాపరులనీ రాజుగారికి అభిప్రాయం ఏర్పడుతుంది. ఆయన చుట్టూ ఉన్న పండితులు అందరూ వైదీకులే. రాజుగారికి అర్థమవుతుంది.

అంతకంటె నందిపిల్లి గురించి రాయొద్దు. లేనిపోని risk. కీడెంచి మేలెంచ మన్నారు.

ఇహ రాయడం మొదలుపెడితే బాగుంటుంది. తొందర పడకూడదు. ప్రతీపదం తూచి వెయ్యాలి. పాత్రలనన్నిటినీ శిల్పం చెక్కినట్లు చెక్కాలి. పొట్ట చెక్కలయ్యేటట్లు చదివిన వాళ్ళూ, చూసిన వాళ్ళూ నవ్వాలి.

తెలుగు సాహిత్య చరిత్రలో చిరస్థాయిగా నిలిచిపోయే అనన్యసాధ్యమైన నాటకం రాయాలి. దాన్ని భవిష్యత్తులో మెరుగులు దిద్దాలన్నా నేనే దిద్దగలిగి ఉండాలి.

మధ్యాహ్నం భోజనాల వేళ అయింది. సుబ్బరంగా భోంచేసి, పడుక్కుందాం. ఫ్రెష్ గా లేద్దాం.

'సాయంకాలం'తో నాటకం మొదలెడదాం.

❖❖❖

19

పాత్రలు అచ్చంగా నిజజీవితంలో ఎలా మాట్లాడుతాయో అలాగే రాద్దామనుకున్నాను కానీ, తీరా కలం పట్టుకునీసరికి వెథవది ట్రెంబ్లింగ్ పట్టుకుంది.

ఇంతాకష్టపడి నాటకం రాస్తే, చదివి -చూసి పండితులేమనుకుంటారూ, ప్రజలేమనుకుంటారూ?

అజ్జాడ అగ్రహారం ఆదిభట్ల నారాయణదాసు కాని చూసినట్లైనా , ఏవంటాడో ? అసలే గట్టి ద్రావిడ పిండం. వెటకారపు కొయ్య. వాడు పిలిస్తే వాణి పలుకుతుంది. ఏక సంథఃగ్రాహి. మనం రాసిందే పదిసార్లు రాసుకోవాలి. వాడి నోట్లో నోరు పెట్టడం బ్రహ్మతరం కాదు. మహరాజులుని కూడా ఖాతరు చెయ్యడు. మనవెంత !

అదీకాక ముఖ్యంగా ఆనందగజపతిరాజు గారికి నచ్చకపోతే? మిగతా రాజుల్లా కాక, ఈయనక్కొంత పాండిత్యం అబ్బిందే !

'ఈ అప్పారావుకి గ్రాంధిక భాష రాయడం రాక ఇలా తగలడ్డాడు' అని రాజు అనుకుంటే నా గతేం కావాలి.

ముఖ్యంగా సంస్కృత నాటకాలకు అలవాటు పడ్డ రాజుగారు గ్రాంథిక భాషను బాగా ఇష్టబడతారు. నా వాడుక భాషా నాటకం చూసిన తరువాత ''ఈ నాటకం నా దగ్గరుండే 'పేరి' వారో, 'తాతా' వారో అయితే అద్భుతమైన భాషలో రాసుందురే" అని రాజు గారు అనుకుంటే నా కొంప కొల్లేరు అయిపోదూ! మొదటికే మోసం వస్తుందే !

పోనీ పూర్తి గ్రాంథికంలో రాద్దామంటే, నిజం చెప్పాలంటే, మనం తప్పుల్లేకుండా అసలు రాయలేమే ! ఏ సంధో, సమాసమో, వ్యాకరణ విరుద్ధంగా నేను రాయడం -మళ్లీ ఏ పేరీ సుబ్బడో ఓరుగంటి కొండడో -నన్ను చూసి వ్యాకరణం ప్రాథమిక సూత్రాలు వల్లె వెయ్యడం--ఇదంతా మళ్లీ అవమానానికే దారితీస్తుంది.

అంచేత ఇటు వీర గ్రాంథికం కాకుండా, అటు వ్యవహారికం కాకుండా, సరళ గ్రాంథికంలో రాద్దాం అనిపించింది.

ఓ పది పద్యాలూ కూడా కష్టపడి నాటకంలో ఇమిడ్చేను .

ఏడాది పట్టింది రాసీసరికి. ఎలాగో పూర్తి చేసేను.

నాలాంటి బుద్ధిమంతుడు లాభనష్టాలు బేరీజు వేయకుండా ఏ పనీ తొందరపడి చెయ్యకూడదు.

నాటకం ఎలావుందో ఎవరిదైనా అభిప్రాయం కనుక్కుంటే మంచిది.

మిత్రుడు గిడుగు రామ్మూర్తి దగ్గరికి చూపిస్తే మంచిదని అనిపించింది.

ఓ వారం రోజులు రాతప్రతి అతడి దగ్గర అట్టేపెట్టి తరవాత నేనే ఓ రోజు వెళ్ళేను.

చదివేవా? ఎలా ఉంది? అని అడిగేను. పూర్తి ప్రశంశను ఆశిస్తున్నాను అతడినుండి.

"ఏడిసినట్టుంది" అన్నాడు.

ఒక్క సారి నీరుగారి పోయేను.

ఏమయ్యిందన్నాను.

"నీ భాష తగలడినట్టుంది. పాత్రలు ఏ భాషలో ఏ నుడికారంతో మాట్లాడతాయో అలా రాయలేవా" అన్నాడు.

ఎందుకు సరళ గ్రాంథికంలో రాసేనో వివరంగా చెప్పేను.

కాదు, వ్యావహారిక భాషలోనే రాయి అన్నాడు.

మరో ఏడాది పడుతుందన్నాను.

పడితే పట్టనీ అన్నాడు.

తిరిగి రాసేను. ఈ మాటు 'వీర'వ్యవహారికంలో రాసేను.

మరో తొమ్మిది నెలలు నిండేయి.

కన్యాశుల్కం పుట్టింది.

నలుగు పెట్టేను. శుభ్రంగా కడిగేను.

పిల్లను పదిమందిలో చూపించడానికి తగినంతగా తయారు చేసేను.

ముద్దుగా ఉంది.

కాని, నాకు ముద్దొస్తే చాలదు.

ఆనందగజపతి రాజుగారికి ముద్దురావాలి. దేని లెక్కలు దానికున్నాయి.

" 'ఊః' అంటున్నావు, నా ఆలోచనల లెక్కలు నీకు ఎలా తెలుస్తున్నాయి అబ్బాయీ' అన్నారు గురజాడ వారు నన్నుద్దేశించి.

''అయ్యా, మీరు ఆలోచిస్తూ, మధ్య మధ్యన ఆవలిస్తున్నారండి. అప్పుడు లెక్కెడుతున్నానండి' అన్నాను.

❖❖❖

20

ఇప్పటికే రాజుగారికి నన్ను బాగా తెలుసు. ఆయనకు వార్తలు చదివి చెప్పడం నా డ్యూటీ. తెలియడం వేరు. చనువు వేరు.

'రాజుల్ మత్తులు వారి సేవ నరకప్రాయంబు' అని వినలేదా !

ఏమైనా ఆయన దగ్గర అధికారం సంపాదించాలి. అది కావాలంటే రాజుగారు ముందు పిల్లని చూడాలి. ఆయనకి నచ్చాలి. తరవాత ఆయనకి

కన్యాదానం చేయాలి. అప్పుడు నాకు అధికారం రూపంలో కన్యాశుల్కం లభించాలి.

రాజుగారు పిల్లని నచ్చుకుంటారో లేదో అని లోలోపల కొంచెం బెరుకుగా ఉంది. ఈ ఊళ్ళో నాటకాలు వేసే జగన్నాథ విలాసినీ నాటక సమాజం వాళ్ళని సంప్రదించేను. సూత్రప్రాయంగా ఒప్పుకున్నారు.

అయితే వీళ్లతో ఓ పెద్ద చిక్కుంది. ఎప్పుడూ ఆ సంస్కృత నాటకాలు వేయంచడం తప్పిస్తే చక్కని వచన వ్యావహారిక తెలుగు నాటకం ఎలా ఉంటుందో ఎరగరు. అసలెవరైనా రాస్తేనా ?

ప్రధాన పాత్రలు వేసేవాళ్లు, అసలు నేను అనుకున్నట్టు వెయ్యగలరో లేరో! అర్థం తెలీని సంస్కృతం డైలాగులు, అడుగడుగునా ఎలా పాడాలో తెలీని శ్లోకాలూ, హార్మోని పేరిట మొత్తం కంపరం పుట్టించే సౌండూ—సింప్లీ అన్ బేరబుల్.

అవసరమైతే ముఖ్యనటులను నేనే ఎంచాలి. రాతప్రతి అందరి నటులకు చాలా ముందుగా ఇవ్వాలి. వాళ్ళ rehearsals కు నేను వెళ్ళాలి.

ప్రాక్టికల్ గా నాటకానికి డైరెక్టర్ ని నేనే అయిఉండాలి.

బాగా వెయ్యగలరని నమ్మకం వచ్చిన తరవాతే నాటకం తేదీ ప్రకటించాలి.

విషయం సమాజం వాళ్ళతో చర్చించేను. ముఖ్యపాత్రలలో అగ్నిహోత్రావధానులూ, లుబ్ధావధానులూ, కరటకశాస్త్రి, రామప్పపంతులూ—ఈ పాత్రలకి ఫరవాలేదు. చాలామంది నాటకం వేసేవాళ్ళకి అగ్రహార వైదిక బ్రాహ్మణుల ఉచ్చారణ బాగా పరిచయమే కాబట్టి సులువుగా నెగ్గుకొస్తారు.

సమస్యంతా గిరీశం పాత్రతోనే. వైదీకే కాని, ఆధునికుడు. నోరు ఇప్పితే ఇంగ్లీష్ ముక్కలు రాలుతాయి. ఆదర్శాలు వల్లె వేస్తాడు. కానీ, మోస్ట్ కన్నింగ్ ఫెలో. ఆ లక్షణాలన్నీ బాడీ లాంగ్వేజి లోనూ, ఉచ్చారణలోనూ కనిపించాలి.

ఆ పాత్రగురించి సమాజం వాళ్ళతో మాట్లాడేను. పాత్ర స్వభావం బోధపరిచి, రిహార్సల్స్ చూసి, నచ్చితేనే ముందుకు పోవాలన్నాను.

“ఇన్ని ‘గొంతెమ్మకోర్కెలు మేం తీర్చలేం. మీరే గిరీశం పాత్రకి నటుణ్ణి ఎన్నుకోండి” అన్నారు.

❖❖❖

21

మంచి ‘స్ఫురద్రూపి’ అయిఉండాలి. స్వతహాగా ‘మాటకారి’ అయి ఉండాలి.

ఒక్క మాటలో చెప్పాలంటే గిరీశం పాత్ర వేసేవాడు నిజజీవితంలో కూడా గొప్ప ‘మాయ’గాడు అయితే, పాత్రలో నటించడం కాదు, జీవించీ కలడు.

‘మాయగాడు’ అనగానే ఠక్కుమని గుర్తుకొచ్చేడు ‘మండపాక కొండలరావు’. అందగాడు. అజానుబాహువు. శ్రావ్యమైన కంఠం. ప్రధానంగా ‘మాయగాడు’. గొప్ప magician. పెద్ద పెద్ద గవర్నర్ల దగ్గరా, మహారాజుల దగ్గరా magic ప్రదర్శనలు ఇచ్చి, హస్త లాఘవం చూపి, వాళ్ళను ఆశ్చర్య చకితులను చేసిన వాడు.

ఆ ‘మాయ’తోనే రాజుగారిని మోహితుణ్ణి చేసి, విజయనగరం వారి కాశీ ఎస్టేట్ దివాన్ పదవి సంపాదించిన వాడు.

కొండలరావు ‘గిరీశం పాత్ర’ వేస్తే నా రొట్టె విరిగి ‘నేతిపాత్రలో’ పడ్డట్టే.

నాక్కూడా దివాను పదవో, లేక మరో అలాటి ముఖ్యమైన పదవో ఇచ్చి తీరుతారు.

ఆడబోయిన తీర్థం ఎదురైంది. వెతగబోయిన తీగ కాలికి తగిలింది. కొండలరావు ఎదో రాచకార్యం మీద కాశీనుండి విజయనగరం వచ్చేడు.

దగ్గరకెళ్లి వచ్చినపని చెప్పేను. గిరీశం పాత్ర గురించి వివరించేను.

పోటు తగిలిన సముద్రంలా పొంగిపోయేడు కొండలరావు.

కొండంత ఆశ పెట్టుకున్న నాకు కొండంత ధైర్యాన్నిచ్చేడు కొండలరావు.

'కొండ' శబ్దం మూడు సార్లు నా మదిలో కొచ్చేసరికి, వెధవ -గుంట వెధవ- ఓరుగంటి 'కొండడు' -జ్ఞాపకం వస్తున్నాడు. 'పూజామః' కాదుట. 'పూజయామ' ట. నందిపిల్లి వాళ్ళు—నందిపిల్లి వాళ్లేంటి—ఈ అగ్రహారపు వైదిక పాళ్ళంతా-వీళ్ళ సంస్కృత వ్యాకరణం తగలెయ్య.

అరవైమూడేళ్ల 'అకేశి' , సైనుపంచ సురేకారం అత్త కూడా నన్ను 'నువ్వు సంస్కృతం చదువుకోలేదా' అని సంస్కృతంలోనే అడుగుతుందా?

చూద్దాం, చూద్దాం. ఎద్దు ఎప్పుడూ ఓ పక్కే పడుకోదు. నా భాషకీ మంచి రోజులొస్తాయి.

సరే మిగతా పాత్రల మాటేమిటి?

అగ్నిహోత్రావధానులూ, లుబ్ధావధాన్లూ, కరటకశాస్త్రీ, రామప్పపంతులూ- అందరు నటులూ అగ్రహారపు వైదికులే అయుండాలనీ, ద్రావిళ్ళయితే మరీ మంచిదనీ జగన్నాథ విలాసినీ సభ వారికి చెప్పేను. అలాగే అని హామీ ఇచ్చేరు నాటక సమాజం వాళ్ళు.

గంటి బుచ్చి శాస్త్రి రామప్పపంతులు పాత్ర వేస్తాట్ట. కట్టా పాపయ్య శాస్త్రి కరటకశాస్త్రి పాత్ర వేస్తాట్ట. అగ్నిహోత్రావధానులు, లుబ్ధావధాన్లు పాత్రలు ఎవరు వేస్తారో! గడియకో పేరు చెపుతున్నాడు గాడిదకొడుకు—జగన్నాథ విలాసినీ సభ మేనేజర్.

ఆర్నెల్లు గిర్రున తిరిగేయి.

1892 ఆగస్టు 13 న నాటకం వెయ్యడానికి నిశ్చయించేరు. రాజుగారు ఆ రోజున ఖాళీ ఉందన్నారు.

నాటక ప్రదర్శన పూర్తి కానీ.

"అగ్రహార వైదీకుల గీర్వాణ భాష 'గీర' కట్టించకపోతే నేను అప్పారావు పంతులునే కాదు"

❖❖❖

22

“అబ్బాయి, నీ రాతలు మితిమీరిపోతున్నాయి. 130 ఏళ్ళక్రిందట రాసిన నాటకం నేనేదో నందిపిల్లిలో జరిగిన అవమానాన్నే దృష్టిలో పెట్టుకుని రాసినట్టు నువ్వు రాయడం—ఇది ఎంతమాత్రమూ నిజం కాదు” అన్నారు గురజాడ వారు.

భయం మొదటిసారే ఉంటుంది. రెండోసారి అలవాటయిపోతుంది. ఇంతకు ముందు ఓ సారి ఆయన నాకు కనిపించి మాట్లాడితే ముందు కొంచెం భయపడ్డాను. ఇప్పుడు అదేం లేదు.

“అవును గురువుగారూ మీరు చెప్పింది నిజమే. నాకు బాగా తెలుసు. మిగతా వాటి గురించి ఎందుకు రాయడం అని ఉరుకున్నాను. మీరే కెలికేరు. నందిపిల్లి వ్యవహారం కేవలం సంస్కృతజ్ఞానానికి సంబంధించింది. దీన్ని మించిన గొడవలు మీకు ఇతర అగ్రహారాలతో ఉన్నాయి. “ అన్నాను.

ఆయన ఉద్దేశ్యం అది కాదులా ఉంది. కథ అడ్డం తిరిగిందనట్టుగా చాలా చికాగ్గా మొహం పెట్టేరు.

“నేను కొన్ని ఆదర్శాలను దృష్టిలో పెట్టుకుని, సమాజ దురాచారాలని ఖండించదానికీ, కృతకమైన మృతప్రాయమైన కేవలం పండితులకి మాత్రమే పరిమితమయిన గ్రాంథిక భాషను కాదని వ్యవహారభాష వ్యాప్తిలోకి తీసుకురావడానికీ, నాటకం రాస్తే నువ్వు నందిపిల్లి అవమానం వల్లే నాటకం రాసేనని అంటావేమిటీ” అని ఆయన ఉద్దేశంలా ఉంది.

ఏమైనా ఆయనుద్దేశం బయటకు చెప్పలేదు .

“నువ్వు ఏ అగ్రహారాల గురించి మాటాడుతున్నావు అబ్బాయి. నాకేం బోధపడలేదు” అన్నారు.

బోధపడే అన్నారని నాకు తెలుసు. నేను తెలిసే మాట్లాడుతున్నానో లేదో టెస్ట్ చేద్దామని అని ఆ మాటన్నట్టుగున్నారు.

“ఇప్పటి విజయనగరం, శ్రీకాకుళం జిల్లాల్లో నాగావళీ, సువర్ణముఖీ లాంటి నదుల సమీపంలో ఉండే నందాపురం పట్టి 18 అగ్రహారాలగురించి

మాట్లాడుతున్నాను. నారాయణదాసు గారి మూలపురుషుడు అజ్జాడ గ్రామం ఆదిభట్టుని అధిపతిగా జయపురం మహారాజు గారు నియమించిన విషయం మీవంటి చరిత్ర పరిశోధలకు బాగా తెలుసున్నదే. ఆ అగ్రహారాల్లో అతి ముఖ్యమైనది కృష్ణరాయపురం. వాటితో మీకుండే గొడవ చెప్పమంటారా?" అన్నాను.

"అట్టే అట్టే . ఇప్పుడవన్నీ ఎందుకు నాయనా" అన్నారు.

"మీరు వద్దన్నా నేను చెప్పక తప్పదు. విషయం మీరే ఎత్తేరు" అన్నాను.

ఒక్కసారి మాయమైపోయేరు.

రేపు కనిపించరా !

కనిపించకపోయినా , పక్కనుండి వింటునే వింటారు.

ఆ ఊళ్లలో కొన్ని—గురజాడ వారికి అగ్రహారాల వారితో వుండే గోడవేమిటో నేను చెప్పడం మానేస్తానా?

❖❖❖

23

"గురువు గారూ, నందిపిల్లితో మీకుండే వైరం కేవలం వైయక్తికం. మీ అత్తవారి ఊరు దేవరాపల్లి అవడం వల్లే మీకు నందిపిల్లి తెలిసింది. సరే అక్కడ మీరు పేకాటకెళ్లడం, వాళ్ళ సంస్కృతం 'గీర', మీరు అనవసరంగా సంస్కృతం మాట్లాడ్డానికి ప్రయత్నించడం, తప్పులు రావడం, ఆ కారణంగా వాళ్లు దారుణంగా అవమానం చెయ్యడం-అదంతా ఓ కథ "

వింటున్నారా గురువుగారూ ? వింటూనే ఉంటారు లెండి ! కుతూహలమూ ఉంటుంది, ఇన్నాళ్లయిన తరవాత కూడా ద్రావిడులూ -వైదికులూ నాటకం గురించి పీక్కుంటున్నారు కదా అన్న చిన్న సరదా కూడా ఉంటుంది.

నందాపురం పట్టి అగ్రహారాలతో గొడవలు మీకు వైయక్తికం కావు.

అసలు సమస్యంతా కులం.

ఉద్యోగాల్లో పడి వైదిక కర్మాచరణ దాదాపు పూర్తిగా మానీసిన నియోగి బ్రాహ్మణులను అసలు 'బ్రాహ్మణులే' కాదన్నారు వైదిక-ద్రావిడ బ్రాహ్మణులు.

నందాపురం పట్టీ అగ్రహారాల్లో బ్రాహ్మణులలో చాలా మంది సంస్కృత సాహిత్య, వ్యాకరణ, తర్కపండితులూ, వేద పండితులూ ఉండేవారు. అదీ కాక ప్రధానంగా వైదిక కర్మాచరణ హెచ్చు. అతితరచుగా ఏదో ఒక యజ్ఞమో, యాగమో, చయనమో ఏదో ఒకటి ప్రతీఊరులో జరుగుతుండేది.

సమాజంలో బ్రాహ్మణులకు ఉన్నత స్థానం ఉండడం, బ్రాహ్మణులంటే వైదిక కర్మలు ఆచరించే వాళ్లు మాత్రమే అనే అభిప్రాయం ఇతరుల్లో కూడా ఉండడం వల్ల సామాన్య ప్రజలు నియోగులకు వైదిక బ్రాహ్మణులకు ఇచ్చే గౌరవం ఇవ్వడం మానీసేరు.

నియోగ బ్రాహ్మణులని వైదికులు తద్దినాలలో భోజనానికి పిలవరు. మడీ, తడీ, ఆచారం సరిగా పాటించరని.

ఆఖరికి వంటలలో కూడ చాలా తేడాలున్నాయి. వైదికులు ఉల్లిపాయలు కూడా తినరు. నియోగులకు సర్వసాధారణం.

శాఖాబేధాలలో తక్కువగా చూడడం వేరు, అసలు నియోగులు బ్రాహ్మణులే కారనడం వేరు.

అలా నియోగులను బ్రాహ్మణులుగా కాకుండా వేరే వర్గీకరించేవారు నందాపురం పట్టి ద్రావిడ-వైదికులు. వాటికి రాజధాని లాంటిది కృష్ణరాయపురం.

నియోగులు ఆర్థికంగా కొంతబాగున్నా కూడా, లోక వ్యవహారాల మీద పట్టుండి కూడా, రాజోద్యోగులు అయుండీ కూడా , కళింగ దేశంలో, బ్రాహ్మణే తరులు, ద్రావిడ-వైదీకులనే బ్రాహ్మణులుగా చూసేవారు. మీ వాళ్ళని నియోగుల నేవారు.

ఇదంతా కృష్ణరాయపురం, కలువరాయి, అజ్జాడ..ఇలా 18 అగ్రహారాల ద్రావిడ- బ్రాహ్మణ సమూహాల వల్ల నియోగులకు కలిగిన సామాజిక గౌరవ భంగం. ప్రధానంగా కళింగదేశంలో.

వైదీకులని సమాజంలో ఎంత తక్కువ చెయ్యగలమో అంత తక్కువ చేయా

లనుకున్నారు తమరు. కృష్ణారాయపురం నాయకత్వంలో ఉన్న నందాపురం పట్టి అగ్రహార ద్రావిడ వైదీకుల మీద ప్రతీకారం తీర్చుకోవడానికి ప్రతిజ్ఞ చేసేరు.

అయలసోమయజుల వారు ఋగ్వేదులు. వాళ్ళ చేతిలో 'అగ్నిహోత్రం' ఉందని ప్రతీతి. కృష్ణరాయపురంలో అయలసోమయాజుల వారు చాలామంది ఉండేవారు.

కన్యాశుల్కం నాటకంలో కన్యను వయోవృద్ధుడికి అమ్ముకునే వాడుగా 'అగ్నిహోత్రా'వధానుల్ని సృష్టించేరు.

రాజుగారు నిత్యం గౌరవించే పండితులు పేరి వెంకటశాస్త్రి, వారి కుమారులు కాశినాథ శాస్త్రి, వారి అల్లుడు తాతా రాయుడు శాస్త్రి- వీళ్ళందరూ చిన్న కన్నెపిల్లల్ని వయోవృద్ధుడికి హెచ్చు సొమ్ము పుచ్చుకునే ద్రావిడ బ్రాహ్మణులేన్మీ -అని రాజుగారికీ-ప్రజలకీచెప్పడం -అదీ మీ ఒక ఉద్దేశం నాటకం రాయడంలో.

కేవలం నందిపిల్లి అవమానం కాదు.

"అదేనా మీరు చెప్పబోయేది" అన్నాను.

గురువు గారికి కోపం వచ్చినట్టుంది.

నిజం చెప్తే నిష్టూరం.

ఆత్మలు ఏ రూపం కావలిస్తే ఆ రూపమే ధరించగలవుట.

ఓ సుడిగాలి అక్కడనుండి వెళ్లిపోయిన భావం కలిగింది నాకు..

❖❖❖

24

1892 ఆగస్టు 11 వ తేదీ

రెండు రోజుల్లో నాటకం ప్రదర్శన.

దీర్ఘాలోచనలో ఉన్నారు గురజాడ వారు.

నిన్ననే జగన్నాథ విలాసినీ సభకి వెళ్ళినపుడు దాని మేనేజర్:

"సంస్కృత నాటకాలలాగ దీంట్లో నాందీ ప్రస్తావన, తరవాత సూత్రదారుడు రావడం ఇలాంటివి ఉండవు కదా ! నేరుగా నటుడు ప్రవేశించడమే కదా?"

అని అడిగేడు.

అంతే అన్నాను.

ఇవేళ పొద్దున్న బాగా ఆలోచించేను.

నాటకం మొదట్లోనే ఆనందగజపతిరాజు గారిని ఆకట్టుకోవాలి.

నాటకం అంటే రాజుగారి దృష్టి ఏమిటి?

సంస్కృత నాటకాలు బాగా చూడ్డం అలవాటున్న ఆయనకు నాటకం అంటే 'నాంది'తో మొదలు పెట్టాలి. ఆ నాంది సంస్కృతంలో ఉండాలి.

మన నాటకం 'సాయంకాలం అయింది' అని మొదలు అవుతుంది'

వెంటనే రాజుగారు 'ఎలా మొదలు పెట్టాలో కూడా తెలీని వీళ్ళ నాటకం ఒక నాటకం ఏంటి' అని లేచిపోయే అవకాశం ఉంది.

ఆయన లేచిపోగానే: పేరి వెంకటశాస్త్రి గారు, పేరి కాశినాథశాస్త్రి గారూ, తాతా రాయుడు శాస్త్రిగారు వాళ్ళూ లేచిపోతారు.

దాంతో ఏమయిందో తెలీక నాటకం వేపు ఎవడూ చూడకుండా జనం కూడా ఈ రాజుగారి పక్క, ద్రావిడ పంతుళ్ల పక్క చూస్తూ బయటకు పోతే నా గతేం కాను.

కీడెంచి మేలెంచమన్నాడు వెనకటికి నాలాటి బుద్ధిమంతుడొకడు.

అయితే గియితే శుద్ధవ్యవహారభాషలో రాసిన విప్లవాత్మక పూర్తి వచన నాటకానికి సంస్కృతంలో నాందీ ప్రస్తావన చేయించడం ఎంతవరకూ ఔచిత్యం అన్నది ప్రశ్న.

ఔచిత్యం పాటించకపోతే ఏమవుతుంది?

భావి ఆధునిక నాటక విమర్శకులు మహా అయితే నన్ను విమర్శిస్తే

విమర్శిస్తారు.

ఔచిత్యం పాటించి నాందీ ప్రస్తావన సంస్కృతంలో లేకుండా మొదలెట్టేస్తే, రాజు గారు లేచిపోవచ్చు.

లాభనష్టాలు బేరీజు వేసుకుంటే, నాలాంటి బుద్ధిమంతుడు భావి విమర్శకుల ఇష్టాల కంటే, ఇప్పటి రాజుగారి ఇష్టం ఏమిటీ అన్నదే పట్టించు కోవడం ఉత్తమం.

నాందీ ప్రస్తావన సంస్కృతంలోనే ఉండాలి.

అసలు సమస్య అంతా ఇప్పుడే వచ్చింది. సంస్కృతాన్ని అర్థం చేసుకోవడం వచ్చు కానీ నాకు వాక్యాలు తప్పుల్లేకుండా రాయడం రాదే.

ఏమిటి రాయాలో విషయం చెప్పి ఎవరి చేతైనా రాయించాలి.

సంస్కృతం విషయం జ్ఞాపకం వచ్చేసరికి నందిపిల్లి గుంటవెధవలూ, సురేకారం అత్తా, రాయుడు శాస్త్రిగారూ జ్ఞాపకం వచ్చేరు.

'ఈ రోజుల్లో నీ సంస్కృతం చదువు ఎవడిక్కావాలి' అని నాటకంలో అడి గింపించేను కానీ , నాకే ఇంతవేగిరం కావలిసొస్తుందని అనుక్కోలేదు.

ఎవరి చేత రాయించాలి? ఎవరి చేత..

Yes. నాటకంలో నామాలోణ్ణి వెటకారం

చేసేను కాని, పైన ఎప్పుడూ వెటకారం చెయ్యలేదు. రాజుగారి చుట్టూ ద్రావిడ పండితులే కాక, వైష్ణవ పండితులు కూడా ఉన్నారు.

సంస్కృతంలో ఉద్దండులు.

ద్రావిళ్ళలాగే వీళ్ళూ అరవ దేశంనుండి వచ్చి స్థిరపడిన వాళ్లే.

రేపు పొద్దున్నే ముడుంబై వారింటికి వెళ్ళాలి.

❖❖❖

25

రేపే నాటక ప్రదర్శనం.

ఉదయాన్నే ఏడు గంటలకే ముడుంబై వరహానరసింహస్వామి స్వామి వారి ఇంటికెళ్ళేను.

హాల్లో కూర్చున్నాను.

స్వామి వారు పూజలో ఉన్నారు.

మరో 30నిముషాల్లో పూజ పూర్తి చేసి హాల్లోకొచ్చేరు. తెల్లటి పట్టుపంచ-వాణీ, తెల్లని మేని ఛాయ, నుదుటి మీద మూడు నిలువు నామాలు ;

పాణినీ, కాళిదాసూ, భవభూతీ, కలిసి రామానుజుల రూపంలో వచ్చిన అనుభూతి కలిగింది.

ఒక గొప్ప సంస్కృత పండితుణ్ణి చూసినప్పుడు మొదటి సారిగా కొంత భక్తి, భయం కలిగేయి.

అప్రయత్నంగానే లేచి నిలుచున్నాను. నమస్కారం పెట్టేను.

కూర్చోమని సంజ్ఞ చేసేరు.

ఆయనకో 50 ఏళ్ల వయసుంటుంది. నా కంటే 20 ఏళ్ళు పెద్ద.

వచ్చిన పని అడిగేరు. వెంటనే చెప్పలేదు.

నాటకం రాతప్రతి చూపించేను.

ఓ 5-6 పేజీలు చొప్పున మొదట్లోనూ, మధ్యలోనూ, కొసలోనూ శ్రద్ధగా చదివేరు.

నాటకం గురించి చెప్పమన్నారు. పది నిముషాల్లో వివరించేను.

'రేపే జగన్నాథ విలాసినీ సభ వారి చేత నాటక ప్రదర్శన. ఆనందగజపతి మహారాజుగారు కూడా వేంచేస్తారు' అన్నాను.

"మీరు నాంది, తరవాత సూత్రదారుడు చెప్పవలసిన విషయాలు సంస్కృతంలో చేయాలి" అన్నాను.

‘ఇంతాలస్యంగా వచ్చేరేం?’ అన్నారు.

నన్ను బహువచనంలోనే పలకరించేరు కాని, ఆయన పలకరింపు కంఠం, శైలీ, తరగతి గదిలో మేష్టరు శిష్యుణ్ణి గదమాయించినట్టుంది.

నేను కొంచెం సేపు మౌనం వహించేను.

‘’అసలు ఈ శుద్ధ వ్యావహారిక వచన నాటకానికి నాందీ ప్రస్తావనలు అక్కరలేదని అనుక్కున్నారు మొదట. తరవాత మీ నిర్ణయం మార్చుకున్నారు. అంతేనా’’ అన్నారు.

ఈ వైష్ణవ సంస్కృత పండితులకి కర్ణపిశాచి ఉంటుందేమిటి చెప్మా అనుకున్నాను.

ఆయనకు స్పష్టంగా సమాధానం చెప్పకుండా ‘నాందీ ప్రస్తావనలు తెలుగులో రాసుకొచ్చేను, తమరు సంస్కృతంలో అనువాదం చెయ్యండి చాలు’ అన్నాను.

అంతవరకూ ప్రసన్నంగా ఉన్న ఆయన ముఖం గంభీరంగా మారిపోయింది.

వీధిగుమ్మంలో ఉన్న 12 ఏళ్ల శిష్యుణ్ణి పిలిచి ‘ఒరే శ్రీనివాసూ, ఈయనకేదో సంస్కృతంలోకి అనువాదం చేసిపెట్టాలట. ఓ సారి చూడు’ అంటూ నా వేపు చూసి ఆ శిష్యుడి దగ్గరికి వెళ్లమన్నట్టుగా సంజ్ఞ చేసేరు.

చాలా అవమానం అనిపించింది. పని మీద వచ్చేం తప్పదు.

“అయ్యా, ఎలాగో తమరే రాసి పుణ్యం కట్టుకోండి. ఇవి చేతులు కావు” అని చేతులు పట్టుకున్నాను.

స్వామి వారు శాంతించేరు.

“సరే మీగురించి ప్రస్తావనలో ఏ వివరాలు చెప్పాలో అవి మాత్రమే పొడిపొడిగా రాసి ఇవ్వండి. మిగతావి నాకొదిలీండి. 11 గంటలకు రండి” అన్నారు.

అప్పుడు తొమ్మిదయింది.

బతుగు జీవుడా అంటూ బైటికొచ్చేను.

❖❖❖

26

సరిగ్గా 11గంటలకు ముదుంబైవారి ఇంటికి వెళ్ళేను.

కొంచెం వంగి నమస్కారం చేసేను.

ఆశీర్వదిస్తున్నట్టుగానూ, అభినందిస్తున్నట్టుగానూ కూడా అర్థం వచ్చేలా తలమీద చేయివేసి, కుడి భుజం మీదికి దించేరు.

నాజీవితంలో కొందరు ఇంగ్లీషు చెప్పిన గురువులను బాగా గౌరవించేను కానీ నాకెప్పుడూ పూర్తి భక్తి భావం ఎవరిమీదా కలగలేదు.

ఎందుకో అప్రయత్నంగానే ముదుంబై వారి చెయ్యిపడిన ఒక్క క్షణం మాత్రం చిన్నపిల్లడిలా భావోద్వేగం నాలో కల్గింది. మానసికంగా ముదుంబై వారికి పూర్తి దాసుణ్ణయ్యేను.

వైష్ణవులు ఆ సర్వాంతర్యామి యెడల భక్తికంటే ప్రపత్తిని ఉన్నత స్థానంలో పెడతారు.

నాకు శివుడూ—విష్ణువు అనే కాదు. అసలు దేవుఁడు మీదే నమ్మకంలేదు. రాజుల దగ్గర బతికేవాళ్ళం అలా బాహ్యంగా చెపితే మన పనులు సాగవు కాబట్టి ఎప్పుడూ దేవుడూసు ఎత్తను. దేవుడి దగ్గరా, ప్రభువుల దగ్గరా పూర్తిగా 'దాసోహం' అన్నట్టుగానే నటించాలి. నటించడమే కాదు జీవించాలి. నేను నాస్తికుణ్ణి అనే విషయం ఎవరికీ తెలీనివ్వను. నా బాహ్య ప్రవర్తన దానికనుకూలంగానే ఉంటుంది.

కానీ ముదుంబై వారు నా మీద చేయవేసిన ఒక్క క్షణం ఆ వైష్ణవ భక్తుణ్ణీ ,పండితుణ్ణీ చూస్తే , ఆయన నిజంగా 'దాసోహం'అన్న సర్వాంతర్యామికి నేను కూడా 'దాసోహం' అన్న భావన కలిగింది.

వీధి వసారలో ఓ కుర్చీ, టేబులూ, బల్లా ఉన్నాయి. సిరాబుడ్డీ, కలం,

కాగితాలూ కూడా ఉన్నాయి.

ముదుంబైవారు కుర్చీమీద కూర్చుంటూ, నా నాటకం రాత ప్రతి దగ్గర పెట్టుకుని, ఆయన దస్తూరితో ఉన్న నాందీ ప్రస్తావన తీసారు. చదువుతూ తెలుగులో వెంటనే వెంటనే అర్ధంకూడా చెప్పేస్తున్నారు.

ఆయనలా అర్థం వెంటనే చెప్పకపోతే ఆ సంధులూ, సమాసాలూ విప్పుకుని, సంస్కృతం-ఇంగ్లీష్ నిఘంటువులో అనువాదం చూసుకుని, దానిని తెలుగులోకి మార్చుకుని అర్థం చేసుకునే సరికి మరో పదిరోజులు పట్టును. లేకపోతే ఇంకో పండితుణ్ణి అడగాలి. సమయంలేదు.

నాందిలో మొదటగా 'ఈ ఉందాలేదా అనే సందేహం కలిగే ఈ జగత్తుని సృషించిన ఆ ఆది పురుషోత్తముని' ఎడల పూర్తి ప్రపత్తి భావం గురించి రాసేరు.

నాంది అయిన తరువాత సూత్రధారుడు చేసే ప్రకృతి వర్ణన గురించి రాసేరు.

తరవాత సభను ఉద్దేశించి విజయనగరం గొప్పతనం గురించీ, ముఖ్యంగా అక్కడ ఉండే ఆంగ్ల విద్యాలయాలూ, ఆంగ్ల వైద్యశాలలు గురించీ రాసేరు.

తరవాత విజయనగరం రాజుల గొప్పతనం గురించి రాసేరు.

తరవాత విజయనగర సంస్థానంలో సాంప్రదాయ సంస్కృత పండితుల ప్రాభవం గురించి రాసేరు.

తరవాత చదవడం ఆపేరు.

కాగితాలూ, కలం వైపు చెయ్యి చూపిస్తూ 'రాసుకోండి' అన్నారు.

ధ్వని మాత్రం 'రాసుకో'అన్నట్టుగానే ఉంది.

అర్థంకాక ఆయన వైపు చూసేను.

'మీ గురించిన ప్రస్తావన చేయవలసిన భాగాలు మీ ఎదురుగానే చెప్పి మీచేత్తో రాయిస్తే మీకూ తృప్తిగా ఉంటుంది' అన్నారు.

రాసుకోవడం మొదలెట్టేను.

నా పేరు(గురజాడ) ఉదహరిస్తూ నేను ఎలాగ మహామహుల ఇంగ్లీష్ నాటకాలు చదివి వాళ్ళ పద్ధతిలో తెలుగు సాంఘిక వచన నాటకం రాసేనో, ఎందుకు గ్రాంథికభాషలో కాక వ్యావహారికంలో రాయబడిందో వివరించేరు.

తరవాత మళ్లీ విజయనగరం రాజులను పొగిడే శ్లోకాలు నాచేతే రాయించేరు.

చివరగా నేను రాసిన కన్యాశుల్కం అనే ప్రహసనం ప్రదర్శింపబడుతోందనే విషయంతో ప్రస్తావనతో నాందీ ప్రస్తావన ముగిసింది.

"మొత్తం మరోసారి ఫెయిర్ కాపీ చేసి మీ జగన్నాథ విలాసినీ సభ వాళ్ళకి ఇచ్చేయండి. వాళ్ళ సంస్కృత నాటకాల్లో తరచుగా నాందీ-ప్రస్తావనలు చదివే వారు బహుశా దీన్ని చదువుతారు" అని చెప్పి నన్ను పంపించేసేరు.

సాయంత్రం తీసుకెళ్లి జగన్నాథ విలాసినీ సభ మేనేజరు గారికి ముడుంబై వారు రాసినది అందజేసేను.

రేపే నాటకం వేసే రోజు. ఇక ఆటంకాలు లేవు.

❖❖❖

27

విశాఖపట్నంలో వివేకానందా నర్సింగ్ హోమ్ అనే హాస్పిటల్ లో రెండు రోజుల ముందు హెచ్చుగా ఉన్న షుగర్ లెవెల్స్ కంట్రోల్ చేసుకోవడం గురించి జాయిన్ అయ్యేను. ఆ సమస్య తగ్గుతూనే , అప్పటికీ నాకు ఒక తీవ్ర చెవిసమస్య ఉండి అందులో భాగంగా కొంత తక్కువ ఇబ్బంది ఉన్న vertigo (కళ్ళుతిరగడం, ఒళ్ళు విసరడం) హటాత్తుగా తీవ్రతరం అయ్యింది.

హాస్పిటల్ డాక్టర్ తో 'ఈ సమస్య పరిష్కారం నాకు వదిలీండి' అని చెప్పి, నా ఉద్దేశంలో ఈ దేశంలోనే ఒక ప్రముఖ ENT వైద్యుడు, నా వ్యక్తిగత మిత్రుడు అయిన, Dr. S మహమ్మద్ ఇక్బాల్ గారినుండి ఆయన Mumbai లో కాంప్ లో ఉంటుండగా మాట్లాడుతూ సలహా తీసుకుంటున్నాను.

రాత్రి రోజూలాగే Alprazolam .25 mg వేసుకుని నిద్రపోయేను. మధ్యలో రాత్రి 1.30కి గంటలకునిద్రలేచి బాత్ రూమ్‌కి వెళ్లి మళ్లీ పడుకున్నాను. పొద్దున్న 4 గంటలయింది. 1.30గంటల తరవాత నిద్రపట్టిందా అంటే పట్టిందని చెప్పలేను. అసలు పట్టలేదనే చెప్పాలి. అలాగని తెలిసి కూచున్నానా అంటే లేదు. కన్ను ఇప్పలేదు.

'చూడు అబ్బాయి' అని స్పష్టమైన గురజాడ వారి పిలుపు వినిపించింది. కలకాదు. ఇది వరకులా ఆయన నాకు కనిపించలేదు. మాటలు మాత్రం వినిపిస్తున్నాయి. కళ్ళు విప్పకుండానే వింటున్నాను. సమస్య కుడి చెవికి లేదు.

"నా కన్యాశుల్కం రచనానాటక పూర్వరంగం రాయడానికి ఉపక్రమించేవు. వద్దన్నాను. వినలేదు. పూర్వరంగం కొసకొచ్చేవు. దీంతో ఆపుతావు అని నమ్మకం నాకు లేదు. నిజాలు రాసేవో, అబద్ధాలు రాసేవో, సగం నిజాలూ సగం అబద్ధాలూ రాసేవో, అతిశయాయోక్తులు మాత్రమే రాసేవో ; నేనేమీ ఎవరికీ చెప్పే పరిస్థితిలో లేను"

"ఇక మీంచి నీకు కల్లోకొచ్చి చెప్పేననో, నా ఆత్మ నీకు కనిపించి చెప్పిందనో, నేనూ నా ఆత్మా మాట్లాడుకుకుంటే విన్నావనో, నా ఆలోచనలు నీకు తెలిసిపోతున్నట్టుగానో ; ఇలా రాయకు"

"నీ ఏడుపేదో నువ్వు ఏడు. నీ గొంతుకలో నువ్వు ఏడు. అయితే నువ్వు రాసిన చాలా విషయాలు వివరణ ఇచ్చుకోవాలి అని మాత్రం గ్రహించు. నువ్వు వివరణ ఇవ్వకపోయినా ఎవరూ ఏమీ చేయలేరనుక్కో".

"నా వీర వ్యతిరేకులూ, నా వీరాభిమానులూ కూడా నిన్ను ప్రశ్నించొచ్చు. ఇద్దరినీ సంతృప్తి పరచలేవు. ఇద్దరూ కొంత కొంత తిట్టుకోవచ్చు. రెండు వర్గాలకీ దూరం అయిపోయి రెండింటికీ చెడ్డ రేవణ అయిపోవచ్చు. నీ ఖర్మ".

"నువ్వు ఒప్పుకున్నా ఒప్పుకోపోయినా నేనే ఆధునిక తెలుగు సాహిత్య యుగకర్తను. అది దృష్టిలో పెట్టుకుని నీ ప్రేలాపనలు పేలు"

"నువ్వు రాసినవి వీర సాంప్రదాయ సాహితీ అభిమానుల నుండి, సాంప్రదాయ సాహిత్య వీర వ్యతిరేకుల వరకూ; ఈ మధ్యలో ఉండే అన్ని రకాల

సాహిత్యాలకు చెందిన వాళ్ళూ చదివే అవకాశం ఉందని గమనించు".

"నా గురించి మరో కనీసం అయిదు వందేళ్ల వరకూ నిత్యనూతనంగా, పరిశోధనలు చెయ్యడం చేతనయినవాడికి, పరిశోధన చేసే అవకాశం ఉంటుందని మరిచిపోకు. సాహితీవేత్తలలో నా ఒక్కడిమీద మాత్రమే ఇటువంటి అవకాశం ఉంటుందని మరిచిపోకు"

"'అయితే నన్నెంతటివాణ్ణి చేస్తారు' అనే ప్రశ్న నన్నడక్కుండా నేను చెప్పిన మాటల్లా వింటుండడమే నీ పని. నువ్వు ఏమిటవుతావో నీకే తెలుస్తుంది".

"నాతో మాట్లాడడమే ఒక education అనే విషయం మాత్రం మరిచిపోకు. నాకంటె 87 ఏళ్ళు చిన్న వాడివి.

Well my dear young boy, go ahead, best of luck". అన్నారు.

పూర్తి తెలివొచ్చింది. ఇకమీంచి నా ఏడుపు నేనేడుస్తాను.

❖❖❖

28

గురజాడ వారు నాతో మొత్తం connectivity cut చేసేసేరు.

1892 ఆగస్ట్ 13న

రాజుగారి ముందు 'కన్యాశుల్కం' నాటక ప్రదర్శనకు రంగం అంతాసిద్ధం.

గురజాడ వారు 1886 లో మొదటిసారి దేవరాపల్లి అత్తవారింటికి పండక్కి వెళ్లి, ఆ పక్కనే ఉన్న నందిపిల్లి వెళ్లి పేకాట ఆడిన రోజు నుండి, 'కన్యాశుల్కం' నాటకం ప్రదర్శనకు ముందు రోజు వరకూ జరిగిన సంఘటనలూ, ఆయన ఆలోచనలూ అన్నీ పదిలంగా నేను పొదివి పట్టుకున్నాను.

గురజాడ వారితో నాకు నెట్ కనెక్టివిటీ పోయింది కనక నాటక ప్రదర్శన నాడు ఏం జరిగిందో మనం ఉహించవలసిందే.

ఇవాళ విజయనగరం వచ్చి మరీ- కోట, గురజాడ వారి గృహం చూసి

మరీ- ఉత్సాహం తెచ్చుకుని ఊహిస్తున్నాను.

నాటకం మొదలవబోతోంది.

రాజు గారు ముందు వరుసలో వారి స్థాయికి తగ్గ ప్రత్యేక అసనంలో తెర ఎదురుగా మధ్యకు ఆశీనులయ్యేరు. వారికి రెండు పక్కలా రెండు ఖాళీకుర్చీ లున్నాయి.

రాజుగారి ఆసనానికి సరిగ్గా వెనక్కి కొంత ఖాళీ జాగా వదిలీసేరు.

ఒక్క వరుస వెనక్కి ఎడమపక్కగా పది కుర్చీలలో కోటలోని ఉన్నత రాజోద్యోగులూ, కుడిపక్క పది కుర్చీలలో పండితులూ కూర్చున్నారు.

తాతారాయుడి శాస్త్రిగారి పక్కన గురజాడ అప్పారావు గారు కూర్చున్నారు. పేరీ కాశినాథ శాస్త్రిగారి పక్క ముదుంబై వరహా నరసింహస్వామి వారు కూర్చున్నారు.

రాజుగారు ఎవరికో సౌంజ్ఞ చేసేరు. వాళ్ళు రాజు గారి దగ్గరికెళ్ళేరు. మరు క్షణంలో ఇద్దరు భటులు ముదుంబై వారిని, కాశినాథ శాస్త్రినీ తీసుకుని రాజుగారికి రెండుపక్కలా ఉన్న ఖాళీ కుర్చీల దగ్గరికి తీసుకొచ్చేరు. వారు రాజుగారికి నమస్కరించి ఇరుపక్కలా కూర్చున్నారు.

ఎందుకో అప్పారావు గారు కొంత ఇబ్బంది పడుతూ కనిపించేరు.

మేడేపల్లి వెంకట రమణాచార్యులు గారు తమ కంచు కంఠంతో నాందీ ప్రస్తావన చదివేరు.

ఆదిదేవుడి ప్రస్తావన రాగానే భక్తి పూర్వకంగా రాజు గారు కళ్ళు మూసుకున్నారు.

విజయనగర ప్రాభవ ప్రస్తావనా, పండిత ప్రస్తావనా, విజయనగర రాజుల ప్రస్తావనా వచ్చినప్పుడు రాజుగారి చెయ్యి అసంకల్పితంగా మీసం మీద పడింది.

గురజాడ అప్పారావు గారి ప్రస్తావన వచ్చినపుడు రాజుగారు చాలా ఆసక్తిగా, శ్రద్ధగా విన్నారు.

'సాయంకాలమైనది' అంటూ గిరీశం

పాత్రధారి స్వగతంతో నాటకం ప్రారంభం అయింది.

నవ్యసాహిత్యయుగం ఆ విధంగా ఆ సాయంకాలం ఆరంభం అయింది.

❖❖❖

29

రాజుగారికి సంస్కృత నాటకాలు చూడ్డం అలవాటు.

ముందుగా ముడుంబైవారో, పేరి వెంకటశాస్త్రి గారో, పేరి కాశినాథ శాస్త్రిగారో ఆ నాటకం గూర్చి పూర్తిగా రాజుగారికి చెప్పడం, తరవాత రాజు గారు నాటకం చూడడం రివాజు.

శ్లోకాలు అర్థాలు తెలీకపోయినా శ్రావ్యంగా పాడేవాళ్ళని ఆనందించేవారు.

ఇవాళ ఓ కొత్త అనుభూతి రాజుగారికి. అత్యంత హాస్యపూరకమైన సంభాషణలు. అందరికీ బోధపడే భాషలో. చాలా ఆసక్తిగా చూస్తున్నారు నాటకాన్ని.

మొదటి అంకం ఒకటో స్థలం పూర్తయింది.

తెర వేసేరు.

తనకు రోజూ వార్తలు చదివే వ్యక్తి గురజాడే ఈ నాటకం రాసింది !

ఒక్కసారి రాజుగారు మొహం వెనక్కికుడివైపుకి తిప్పేరు.

అలాతిప్పి చూస్తారని అత్యంత నమ్మకం ఉన్న గురజాడ వారు, ఎక్కడ కూచుంటే రాజుగారి దృష్టిలో తప్పనిసరిగా పడితీరుతారో అక్కడే కూర్చున్నారు.

కళ్ళూ, కళ్ళూ కలిసేయి. రాజుగారు మొహంలో చిరునవ్వు. గురజాడ లేచి నిలబడి రెండు చేతులతోనూ నమస్కరించేరు. తనకు నవ్వురాకుండా జాగ్రత్త పడ్డారు.

అయిదంకాలూ పూర్తయ్యాయి.

గిరీశం, వెంకటేశం, బంట్రోతు, అగ్నిహోత్రావధాన్లు, కరటకశాస్త్రి,

లుబ్ధావధాన్లు, రామప్పపంతులు, సౌజన్యారావు పంతులు, వెంకమ్మ, బుచ్చమ్మ, మీనాక్షి, బైరాగి,శూద్రులు, హెడ్ కానిస్టేబుల్, మధురవాణి ; అందరూ మనం చూసినవాళ్లే, చూస్తున్నవాళ్లే.

సాయంకాలం భూమార్గం పట్టిన సాహిత్యరథం రాత్రికల్లా భూమ్మీద నిల దొక్కుకుంది.

ఇకమీద కావ్యకథావస్తువు దేవుళ్ళకో, దేవతలకో, యక్ష కిన్నర కింపురుష విద్యాధర సిద్ధ నాగులకో చెందినది కానక్కరలేదు. 'మన'కి చెందినది కావచ్చు.

ఇకమీద మనం 'దేవ'భాషలోనో, భూ'సురు'ల భాషలోనో కాకుండా, మామూలు మనుషులు మాట్లాడే భాషలో సాహిత్యాన్ని సృష్టించొచ్చు.

ఇంతవరకూ కవి కరీంద్రులను దారిలోకి తెచ్చే మావటీడు లేడు.

ఇప్పుడు గురజాడ వచ్చేడు.

నాటకం చివరికి : గిరీశానికి వ్యవహారం అడ్డంగా తిరిగింది. అంతవరకూ అడ్డంగా తిరిగున్న తెలుగు సాహిత్యం నిటారుగా నిలబడింది.

❖❖❖

30

నాటక ప్రదర్శనకు ముందే ఆనందగజపతి రాజు గారికి గురజాడ వారిని తెలుసు.

రాజుగారి దగ్గర పేపర్లు చదవడం వల్లా, డిబేటింగ్ క్లబ్ కి ఉపాధ్యక్ష పదవి నిర్వహించడం వల్లా సన్నిహితుడయ్యేరు గురజాడ వారు.

తనను తాను హుజూర్ personal assistant గా రాసుకునే వారు గురజాడ వారు.

అయితే నాటకం ప్రదర్శనకు ముందు ఆయన మహారాజా కళాశాలలో 125 రూపాయల జీతంతో మూడో గ్రేడ్ లెక్చరర్ పదవి నిర్వహించేవారు.

కానీ గురజాడ వారికి కావలిసింది పూర్తి ఆంతరంగిక కార్యదర్శి పదవి.

ఆ పదవి సంపాదించడమే అప్పారావు గారి ధ్యేయం.

నాటకం అయిన మర్నాడు రాజుగారు నాటక పాత్రలని మననం చేసుకున్నారు.

గిరీశం వెరీ స్మార్ట్ అండ్ ప్రోగ్రెసివ్. అతడే honest real intellectual అయితే !?

రామప్ప పంతులు వ్యవహార కర్త. అతడే నిజాయితీ పరుడూ, బాగా చదువుకున్న వాడూ అయితే !?

కరటక శాస్త్రి చాలా బాధ్యత కలిగిన వాడూ, యుక్తి పరుడూ !

సౌజన్యారావు ఒక ఆదర్శ వ్యక్తి.

ఒక్క క్షణంలో రాజుగారికి తట్టింది.

వీళ్ళందరూ కలిస్తే ఓ గురజాడ అప్పారావు.

రాజుగారికి ఏదో తోచింది.

1892 ఆగస్టు 14 వ తేదీ.

విజ్ఞాపరపు ఆనంతరావు పంతులుగారిని కలవవలసిందిగా రాజుగారు అప్పారావు గారిని ఆదేశించేరు.

అనంతరావు పంతులు గారు సంస్థానం జాయింట్ మేనేజర్.

అప్పారావు గారు కలిసేరు.

వారానికి రెండు రోజులు వచ్చి తనకు అధికారిక కార్యకలాపాలలో సాయం చేయమని రాజుగారి కోరికగా ఆనంతరావు గారు చెప్పేరు.

కొన్నాళ్ళకి లెక్చరర్ పదవికి జీతం. అసలు పని పూర్తి సంస్థానం పని.

ఓ ఏడాదిలో సంస్థానం వ్యవహారాలు పూర్తిగా కరతలామలకం అయ్యేయి అప్పారావు గారికి.

ఎస్టేట్ మేనేజర్, జాయింట్ మేనేజర్, confidential సెక్రటరీ లాంటి పదవులు అప్పారావు గారికి ఇవ్వడానికి కొన్ని ఇబ్బందులు వచ్చేయి రాజుగారికి.

Epigraphist పదవిని అప్పారావు గారి గురించి ప్రత్యేకంగా సృష్టించేరు రాజుగారు.

శాసనాలు పరిశీలన అధికారిక పని.

రాజుగారి ఆంతరంగిక కార్యదర్శి పని అసలు పని.

అంటే, గిరీశం భాషలో చెప్పాలంటే, హమేషా రాజుగారి పక్కన ఉండడం.

ఈ కొమ్ములు తిరిగిన సంస్కృత ద్రావిడ- వైదిక బ్రాహ్మణులు , వాళ్ళకి రాజుగారి దగ్గర ఏదయినా పని కావాలంటే, అప్పారావుగారి కటాక్షవీక్షణాలు ఉంటే కాని, వీలు పడదు.

నందిపిల్లి వాళ్ళైనా, కృష్ణరాయపురం వాళ్ళైనా, ఎవరైనా అంతే.

విశాఖదత్తుని ముద్రారాక్షసం నాటకం ఇంగ్లీషు వ్యాఖ్యానం సహాయంతో ఎప్పుడో ఆపోసన పట్టేరు గురజాడ వారు. అప్రయత్నంగా గుర్తుకొచ్చింది నెరవేరిన చాణుక్యశపథం. విలాసంగా నవ్వుకున్నారు ఒక్కరూ తనగదిలోనే ఉండి.

❖❖❖

31

ఆనంద గజపతి రాజుగారి సంస్థానంలో రాజుగారు పూర్తిగా నమ్మే మొదటి వ్యక్తి అప్పారావు గారే.

కన్యాశుల్కం నాటకం అచ్చువేయించాలనుకున్నారు అప్పారావు గారు.

మహారాజావారి కోటలో ఉన్న ముద్రణాలయంలో1897 జనవరిలో పని పూర్తయింది. గురజాడ వారు తలుచుకుంటే కోటలో అచ్చుపని ఎంతసేపు !

పీఠిక నాలుగు పేరాలు ఇంగ్లీష్ లో రాసేరు.

రెండు మూడు పేరాలు చాలా ముఖ్యం. వాడుక భాషలో నాటకం ఎందుకు రాసేరో, ఎందుకు రాయాలో వివరించేరు. ఆయన రాసింది నూటికి నూరు పాళ్లూ సత్యం.

అందులో మొదటి పేరా బట్టి 1887 లో నాటక రచన మొదలు పెట్టినట్లు తెలుస్తోంది. 'విక్టోరియా ప్రశస్తి' 1890 లో సంస్కృతంలో ముదుంబై వారిచే రాయబడింది. అప్పారావు గారు ఇంగ్లీషులోకి అనువాదం చేసేరు. అందులో కన్యాశుల్కం నాటక రచయితగా చెప్పుకున్నారు. అంటే 1887–1890 మధ్యలో నాటకం పూర్తి చేసేరు. సుమారు ఏడేళ్ల తరవాత పీఠిక రాసేరు.

మొదటి పేరాలో ఎందుకోసం నాటకం రాయబడిందని చెపితే రాజుగారికి నచ్చుతుందో బాగా ఆలోచించుకుని, అందుకోసం రాయడం జరిగిందని సెలవిచ్చేరని నేను అనుకుంటున్నాను.

ఒక విషయం మాత్రం గమనించదగ్గది. ఆనంద గజపతిరాజు గారు బ్రాహ్మణ వివాహాల పట్టీ తయారు చేయించకముందే, 1880లో కందుకూరి వీరేశలింగం పంతులు గారు 'బ్రాహ్మవివాహం' అనే ప్రహసనం రాయడం రాయడం, అందులోనూ ప్రధానంగా కన్యాశుల్కం, బాల్యవివాహాలూ ప్రధాన విషయం కావడం యాదృచ్ఛికం కాదు.

బ్రాహ్మవివాహంలో కొన్ని వాక్యాలు యధాతథంగా గురజాడ వారి కన్యాశుల్కం నాటకంలో ఉన్నాయి. దానిమీద గురజాడ వారు పీఠికలో నాలుగో పేరాలో వివరణ ఇవ్వడానికి ప్రయత్నించేరు. ఆయన 'బ్రాహ్మవివాహం' ప్రహసనాన్ని కన్యాశుల్కం నాటకం రాసిన తరువాతే చూసేనన్నారు.

దీనిమీద పెద్దమనుషులం పెద్దగా చర్చించకూడదు.

ఒకటి మాత్రం నిజం. బ్రాహ్మవివాహం కంటే కన్యాశుల్కం నాటకం నాటక కళలో బాగా పై అంతస్తులో ఉంటుంది.

కానీ పీఠికలో ఒకటి & నాలుగు పేరాలలో ఉన్న విషయాలు మాత్రం విమర్శకులు పునరాలోచించవలసిన విషయాలు.

ఇకపోతే అత్యంత ముఖ్యమైనది 'dedication'. 'అంకితం'. ఆనంద గజ

పతివారికి ఇవ్వబడింది.

రాజుల్ని పొగిడేటప్పుడు మొహమాటం పడకూడదన్నది ప్రాథమిక సూత్రం.

ప్రబంధకవులు పద్యాల్లో నిర్మొహమాటంగా రాజుల్ని పొగిడేరు. అయితే శ్లోకాల్లో, పద్యాల్లో దీర్ఘసమాసాల్లో అలంకారాలు గుప్పించి పొగిడితే, రాజులు తిరిగి ఎవరిచేతో అర్థం చెప్పించుకునే వరకూ వారికి తెలీదు.

గురజాడ వారికి రాజుగారిని పొగడడం విషయంలో డొంకతిరుగుడుగా చెప్పడం ఇష్టం లేక పోయింది.

ఆనందగజపతి వారి పూర్వీకుడు, అవతారమూర్తి, సముద్రం మీద వారధి కడుతున్నప్పుడు ఒక ఉడుత సాయంచేసిందట. తాను ఆనందగజపతికి ఉడుత లాంటి వాణ్ణి అని చెప్పేరు.

తాను రాసిన నాటకం రాజుగారంత గొప్ప విద్వాంసునికి అంకితం ఇవ్వ వలసినంత గొప్పది కాదుట కానీ అయినా ఎందుకు ఇస్తున్నారో చెప్పడం జరిగింది.

గురజాడను 'సరిగా' అర్థం చేసుకోదలచిన వాళ్ళు ; 'అంకితం' వాళ్ళకి వాళ్లే చదువుకోవాలని మనవి.

❖❖❖

32

కన్యాశుల్కం నాటకం ప్రచురణ అయిన నాటికి గురజాడ ఒక విధంగా ఆనందగజపతికి అన్ని విషయాలలో సలహాదారులా ఉండేవారు. గురజాడ వినా రాజుగారు లేరు. అదీ పరిస్థితి.

గురజాడ ఏం చెప్పినా విని, అన్ని విషయాల్లోనూ సానుకూలంగా స్పందించేవారు రాజుగారు.

గురజాడను చాలా గౌరవంగా చూసేవారు.

అయితే ముదుంబై వారికీ, పేరి వెంకటశాస్త్రి-పేరి కాశీనాథశాస్త్రి గార్లకూ గౌరవం ఇసుమంతైనా తగ్గలేదు.

ఇదంతా ఒకెత్తు. మీదు మిక్కిలి కొత్తగా, గురజాడ కంటే చిన్న అయిన తాతా రాయుడుశాస్త్రి గారికి కూడా రాజుగారు అమితమైన గౌరవం ఇస్తున్నారు.

ధర్మశాస్త్ర విషయాల్లో కూడా రాజుగారు రాయుడు శాస్త్రిగారినే సంప్రదిస్తున్నారు.

'ఇంగ్లీషులో చదివితే సంస్కృతం మాట్లాడ్డం రాదొరేయ్' అన్న రాయుడి శాస్త్రుల్లుని గురజాడ వారు మర్చిపోలేక పోతున్నారు.

సంస్కృత సాహిత్య వ్యాకరణ పండితులకు ఎప్పటిలాగే ఆనంద గజపతి గారు గౌరవం ఇస్తున్నారు.

అందులో హెచ్చుమంది ద్రావిడ-వైదికులే. మిగిలిన వాళ్ళు వైష్ణవులు.

ఇదొక్కటే గురజాడ జీర్ణించుకోలేక పోతున్నారు.

గురజాడ వారి స్థాయి పెరిగింది. ద్రావిడ-వైదిక పండితుల స్థాయి తగ్గలేదు.

ధార్మిక కర్మకాండల విషయాలలో కృష్ణారాయపుర అగ్రహారం పండితులనే రాజుగారు గౌరవిస్తున్నారు.

వాళ్ళు నియోగులను బ్రాహ్మణులుగా జమకట్టనే లేదు.

కన్యాశుల్కం తీసుకుని చిన్నపిల్లల్ని ముసిలివాళ్ళకి అమ్మడం అనే ఘటనల్ని అసహ్యించుకునే రాజుగారు; కన్యాశుల్కం నాటకం అంతగా ఆనందించిన రాజుగారు; బ్రాహ్మణుల్లో ఏ శాఖలో ఆ దురాచారం ఉందో నాటకంలో అంత స్పష్టంగా చూపించినా ఆ విషయాన్ని పట్టించుకోకపోవడం, ఆ శాఖకు చెందిన పండితులకు రాజుగారు ఇంకా అమితమైన గౌరవం ఇవ్వడం— ఇది మాత్రం అర్థం చేసుకోలేకపోతున్నారు గురజాడ వారు.

రాజులు ఎంత దగ్గరయినా, ఓ అంతట కాని అర్థం కారు.

ఉన్నట్టుండి అనుకోకుండా 1897 మే 23వ తేదీన ఆనంద గజపతి రాజుగారు అస్తమయం చెందేరు. అది గురజాడకి తీరని లోటు.

❖❖❖

33

ఆనందగజపతి రాజు గారి భార్య అతని కంటె ముందే స్వర్గస్తురాలయ్యేరు. ఆనందగజపతి వీలునామాలో తన యావదాస్తి తనమేనమామ కొడుకు చిట్టిబాబుకు చెందేటట్లు రాస్తూ, అతడిని దత్తత చేసుకోవడానికి తల్లి అలకరాజేశ్వరి రాణీ వారికి అధికారాన్ని ఇచ్చేరు.

డిసెంబర్ 18, 1897న చిట్టిబాబుని దత్తత తీసుకుని, విజయరామగజపతిగా నామకరణం చేసేరు. అతడు మైనర్ అవడం వల్ల గవర్నమెంట్ 'విల్లక్కు' అనే ఆంగ్లేయుణ్ణి ఎస్టేట్ కలెక్టర్ మరియు మైనర్ అయిన విజయరామగజపతికి గార్డియన్ గానూ నియమించింది.

అప్పారావు గారికి రెవిన్యూ డిపార్టమెంట్ లో ఒక ఉద్యోగాన్నిచ్చేరు.

విల్లక్కు కు అప్పారావు అంటే నచ్చేది కాదు.

ఇప్పుడు అప్పారావు గారి ప్రతిభా, పలుకుబడీ గురించి కొంత చెప్పుకోవాలి.

విల్లక్కు ఒకసారి జమీందారీ రైతులకు వ్యతిరేకంగా ఒక నిర్ణయం తీసుకున్నాడు.

జమీందారీ రైతుల తరఫున అప్పారావు గారు ఎస్టేట్ కలెక్టర్ తో మాట్లాడేరు. తనకింద పనిచేసే ఓ గుమస్తా తన నిర్ణయానికి వ్యతిరేకంగా జమీందారీ రైతుల తరఫున రాయబారానికి రావడం విల్లక్కు సహించలేకపోయేడు. దుర్భాషలాడేడు.

అప్పారావు గారికి అవమానం జరిగింది.

అయితే దాని ఫలితం – కలెక్టర్ గారిని ప్రభుత్వం వారు మార్చి కొత్త ఎస్టేట్ కలెక్టర్ & గార్డియన్ గా గిల్మన్ దొర ని నియమించడం.

సహజంగానే గిల్మన్ దొరగారికి గురజాడ వారితో ఎలా మెలగాలో అర్థం అయింది.

1899 లో విజయరామగజపతి గారికి ఖాస్మండా రాజకుమారి మహారాణి లలితాదేవి గారితో వివాహం అయింది.

అచిరకాలంలోనే అలకనారాయణ గజపతిరాజు గారు జన్మించేరు.

పిల్లడు పుట్టిన కొద్దిరోజులకే అలకరాజేశ్వరీరాణీ గారికి ఆనందగజపతి రాజుగారు ఇచ్చిన దత్తత అధికారం చెల్లదనీ, అంచేత విజయరామగజపతికి సంస్థానం మీద హక్కు లేదనీ, జ్ఞాతులైన తమకు సంస్థానం మీద హక్కు వస్తుందనీ, విశాఖపట్నం కోర్టులో జ్ఞాతులు కొందరు దావా వేసేరు. దాన్నే పెద్దదావా అంటారు.

ఆ పెద్దదావా చూడమని అలకరాజేశ్వరీ మహరాణీ వారు దాసిరాజు జగన్నాథరావు పంతులునీ, గురజాడ అప్పారావు పంతులునీ నియమించేరు.

ఆ దావాకి సంబంధించిన అసలు బాధ్యతంతా అప్పారావు గారే చూసుకునేవారు.

చెన్నపట్నంలో భాష్యం అయ్యంగారూ, మరి ఇద్దరు ప్లీడర్లతోనూ ; విశాఖపట్నానికి చెందిన దుర్వాసుల శ్రీరామశాస్త్రి మరి ఇద్దరు ప్లీడర్లతోనూ; కలకత్తాకు చెందిన బారిస్టర్ రాష్ బిహారీ ఘోష్ తోనూ అప్పారావు గారు ఎన్నో న్యాయశాస్త్ర విషయాలు చర్చించేవారు.

ఆ దావా నడిపించినప్పటి అనుభవం, పెద్ద పెద్ద న్యాయవాదులతో చర్చల ప్రభావం అప్పారావు గారి వ్యక్తిత్వం మీద చాలా ఉంది.

❖❖❖

34

కోర్టుకి, రాజైనా – పేదైనా ఒకటే. చట్టం ఒకటే. న్యాయమూర్తుల్లోకూడా కొంత శాతం అవినీతి పరులు ఉండొచ్చేమో కాని ; ప్రజాప్రతినిధుల, కార్యని

ర్వాహక వర్గ అధికారుల అవినీతితో పోలిస్తే; బాగా తక్కువే.

కోర్టుకి అనుబంధమయిన ఆఫీసులలోనూ, ప్లీడర్ గారి ఆఫీసులలోనూ మాత్రం 'ఖర్చులు' బాగా ఉంటాయి. ప్లీడర్ల ఫీజులు సరే సరి. ఎంత డబ్బిచ్చినా 'ఖర్చు'ల కిందే చూపిస్తారు. చిన్న దావా అయితే తక్కువ ఖర్చులు, పెద్ద దావాకి హెచ్చు ఖర్చులు సహజం.

సంస్థానం దావా ఆ రోజుల్లో విశాఖపట్నం జిల్లా కోర్టులో అతి పెద్ద దావా.

మన దేశంలో చరిత్ర రికార్డులు అట్టేపెట్టుకునే ధ్యాస తక్కువ. అంచేత ఇప్పుడు ఆ దావా కాగితాలు ఎక్కడా లభ్యం కావు. పూర్తి వివరాలు తెలీవు.

అయితే ఒక న్యాయవాదిగా నేను ఊహించగలను.

దావా తేలేవరకు సంస్థానం ఆస్తికి, రాబడికి, ఖర్చులకు, కోర్టు ఒక 'రిసీవర్' ని నియమించి ఉంటుంది. కాబట్టి అలకరాజేశ్వరి గారు కాని, విజయ రామగజపతి గారు కాని స్వతంత్రంగా సంస్థానం రాబడిలోంచి ఖర్చు పెట్టే అవకాశం లేదు.

ఇలాటి పరిస్థితులలో పెద్ద దావా 'ఖర్చుల' సంగతి ఏమిటి?

అప్పల కొండయాంబ అలకరాజేశ్వరీ రాణీగారి కూతురు. ఆనందగజపతికి అక్క. రీవా రాజకుమారుడి భార్య. ఆమె కొద్దికాలమే అత్తవారింట ఉన్నట్లు తెలుస్తోంది. విజయనగరం తిరిగొచ్చి తల్లికి సహాయపడుతుండే వారు. తల్లి మరణం తరువాత విజయనగర సంస్థాన వ్యవహారాలు పూర్తిగా ఆమె చూసుకునే వారు. గురజాడ వారు ఆమెకు ఆంతరంగిక కార్యదర్శి.

మొత్తం దావా ఖర్చులు అప్పలకొండయాంబ గారే భరించేవారు.

అప్పారావు గారికి దావా వ్యవహారాల్లో సహాయం చేయడానికి చక్రవర్తుల తాతాచారిని నియమించేరు అప్పల కొండయాంబ గారు.

గురజాడ అప్పారావుగారు మహా మేథావి. దావాలో ప్లీడర్లు అందరూ ఒకెత్తు. గురజాడవారు ఒకెత్తు. ఆయన అలకరాజేశ్వరి, విజయరామరాజు గార్ల తరఫున దావా నడిపిస్తున్నంత కాలం జ్ఞాతులకు సంస్థానం దక్కడం కల్ల. ఈ

విషయం గ్రహించిన జ్ఞాతులు ఆ రోజుల్లో (బహుశా 1908 ప్రాంతంలో అయ్యుండొచ్చు), కేవలం దావాకి సహాయం చెయ్యకుండా తప్పుకుందికి, అప్పారావు గారికి 40000 రూపాయలు లంచం ఇవ్వజూపేరుట.

1908లో నలభై వేలంటే 2018లో విలువ సుమారు 64 కోట్ల రూపాయలు.

అప్పారావు గారు సునిశిత హాస్యంతో తిరస్కరించేరుట. అదీ అప్పటికి ఆయన వ్యక్తిత్వం.

బాగా చదువుకున్న నిజాయితీ పరుడైన గిరీశం, న్యాయశాస్త్రం ఆపోసన పట్టిన నీతిమంతుడైన రామప్పపంతులు, ఇద్దరూ కలిపి ఒక మనిషైతే అతడే ఒక గురజాడ అప్పారావు పంతులు.

❖❖❖

35

ప్రతీ వేసవిలోనూ నీలగిరి కొండలలో ఊటీలో ఉండడం అప్పలకొండయాంబ గారికి అలవాటు. ఆంతరంగిక కార్యదర్శి గురజాడ అప్పారావు గారినీ, అతడికి దావాలో సహాయకుడు చక్రవర్తుల తాతాచారినీ కూడా ఆమె ఖర్చులతో ఊటీ తీసుకెళ్లేవారు. ఆమె ఉన్నంతకాలం అక్కడ వాళ్ళు ఉండేవాళ్ళు. కోర్టుకు వేసవికాలం అంతా సెలవులే కాబట్టి గురజాడ వారికి ఇబ్బంది లేకపోయింది.

కన్యాశుల్కం మొదటి కూర్పుకీ, పెద్ద దావా మొదలైన కాలానికీ మధ్య అప్పారావుగారు చేసిన కృషి ప్రధానంగా చరిత్రకి సంబంధించిన విషయాలు సంగ్రహించడం. దురదృష్టవశాత్తూ ఆయన కళింగదేశ చరిత్రను రాద్దామనుకున్నా రాయలేకపోయేరు. ఆ సమయంలో చేసిన సాహిత్యకృషి తక్కువ. కొన్ని నాటకాలకు ఇంగ్లీష్ లో పీఠికలు మాత్రమే రాసేరు.

1906 నుండి ప్రధానంగా ఊటీలో మాత్రమే మిగతా సాహిత్య కృషి చేసేరు. అప్పారావు గారి ముత్యాల సరాలూ, గేయాలూ, ఇతర కవితలూ, కథలూ, అసంపూర్ణ నాటకాలూ ఇక్కడ మనకి అప్రస్తుతం.

కన్యాశుల్కం రెండవ కూర్పు(1909) గురించి మాత్రమే మనం మాట్లాడుకోవాలి.

విజయరామగజపతిరాజు గారు అప్పారావు గారిని కన్యాశుల్కం నాటకం కాపీ ఒకటి అడిగేరుట. అప్పారావు గారి దగ్గర కాపీ లేదు. అంచేత మళ్ళీ రాసి ఇస్తానన్నారు. ఆయనకు నాటకం అంతా దాదాపు కంఠతావచ్చు. రాయడం మొదలెట్టేరు.

చిన్న చిన్న మార్పులు చేద్దామనుకున్నారు. వాడుకభాషను మరికొంత సవరించాలనుకున్నారు. మొదలు పెట్టిన తరవాత అతని వశం తప్పింది.

అయిదు అంకాల నాటకం ఏడు అంకాలు అయింది. పేజీలు మూడు రెట్లు పెరిగేయి. ప్రదర్శిస్తే కనీసం ఎనిమిది గంటలు పడుతుంది.

అప్పారావు గారి ప్రకారం రెండవ కూర్పు తన అభిప్రాయాలను మరికొంత స్పష్టంగా విశద పరుస్తోంది. మొదటి కూర్పులో ప్రాధాన్యత లేని మధురవాణి పాత్రకు రెండో కూర్పులో ప్రాధాన్యత పెరిగింది.

రెండవ కూర్పు చదివితే మనం మొదటి కూర్పును తక్కువగా చూస్తాం. రెండవ కూర్పులో మొదటికూర్పు కంటే హాస్యం హెచ్చు.

అయితే అప్పారావు గారు బతిగిన్నప్పుడు అతడికి పేరంతా మొదటి కూర్పు వల్లే వచ్చింది. కన్యాశుల్కం నాటక రచనకు సంబంధించిన ఏ పరిశోధనకైనా మొదటి కూర్పే పనికొస్తుంది. అప్పారావు గారి మాటల్లోనే చెప్పాలంటే నాటక ప్రదర్శన వల్లే సామాజిక అవగాహన తేవచ్చు. రెండవ కూర్పు ప్రదర్శన యోగ్యం కాకుండా పోయింది. నాటకం వేసేవాళ్ళు ఎవరికి నచ్చిన కత్తిరింపులు వాళ్ళు చేసుకోవడం మొదలెట్టేరు. మొదటికూర్పు నాటకం మొత్తం మూడు గంటల్లో వెయ్యొచ్చు. ఒక విధంగా చెప్పాలంటే రెండవ కూర్పు అప్పారావు గారి బలం, బలహీనతా కూడా మనకు చెపుతోంది.

ఆయన చెప్పదలుచుకున్నదంతా రెండవ కూర్పులో చేర్చేరు.

విజయనగరం వాస్తవ్యులు కీ. శే. ఉపాధ్యాయుల అప్పలనరసింహం గారు 'కన్యాశుల్కం-19 వ శతాబ్ది భారతీయ నాటకాలు' అనే పుస్తకంలో గురజాడ

వారి అసంపూర్తి నాటకాలకు కారణం ఆయన సరుకంతా కన్యాశుల్కం రెండవ కూర్పుతో అయిపోవడమే అన్నారు. నేను పూర్తిగా ఏకీభవిస్తున్నాను.

❖❖❖

36

కన్యాశుల్కం నాటకం రెండవ కూర్పు 1909లో ముద్రణ అయింది. 1897లో ముద్రించిన కన్యాశుల్కం మొదటి కూర్పులోనే వాడుక భాష ఉపయోగించేరు అప్పారావు గారు. రెండో కూర్పులో మొదటి కూర్పులో ఉండే చిన్నచిన్న గ్రాంధిక వాసనలు కూడా తొలిగించేరు.

ప్రతీపాత్రకీ, ప్రాణంపోసుకుంటే నిత్యజీవితంలో ఆ మనుషులు ఎలామాట్లాడుతారో , అలాటి భాషను వాడేరు గురజాడ వారు. అది ఎంత వ్యావహారిక భాషంటే వందేళ్ల తరవాత మనం కూడా ఇప్పుడు నాటకం రాస్తే అంత వ్యవహారికం వాడలేం. వాడుక భాషా వినియోగంలో గురజాడ వారు తమ సమకాలీన రచయితల కంటే కనీసం వందేళ్లు భవిష్యత్తులో ఉన్నారు .

1910 నుండీ వ్యావహారికభాషోద్యమం నడిపేరు గురజాడ వారు. తన పలుకుబడితో, మద్రాస్ విశ్వవిద్యాలయంలో విద్యార్థులు పరీక్ష రాసినప్పుడు, వాడుక భాష ఉపయోగించ వచ్చనే ప్రభుత్వ ఆర్డర్ తీసుకురాగలిగేరు.

గురజాడ చేసిన ఈ పని చాలామంది పండితులకి కోపం తెప్పించింది. ఈ కోపానికి తగిన కారణాలున్నాయి. ఉత్తరోత్తరా మనవి చేస్తాను.

గురజాడ వారి చర్యలని వ్యతిరేకించే పండితులు చెన్నపట్నంలో పిఠాపురం రాజావారి 'డన్ మోర్' భవనంలో 26 -03-1911 న 'ఆంధ్ర సాహిత్య పరిషత్' అనే సంస్థను స్థాపించే ఉద్దేశంతో సమావేశం అయ్యేరు. హాజరైన వాళ్లలో సర్వశ్రీ కందుకూరి వీరేశలింగం పంతులుగారు, వేదం వెంకటరాయ శాస్త్రి గారు, మొక్కపాటి సుబ్బారావు గారు,చెన్నాప్రగడ భానుమూర్తిగారు, గోటేటి కనకరాజు గారు, వావికొలను సుబ్బారావు గారు,కొమర్రాజు వెంకట లక్ష్మణరావుగారు, జయంతి రామయ్య పంతులు గారు ఉన్నారు. వాళ్ళ తీర్మానం ప్రకారం 12-05-

1911 న న్యాయపతి సుబ్బారావు గారి అధ్యక్షతన 'ఆంధ్ర సాహిత్య పరిషత్' స్థాపింపబడింది. ఈ సంస్థ ప్రధానోద్దేశాలు రెండు: 1) శృంగార రసం పేరిట అసభ్యమైన భాషను వాడిన పుస్తకాలు నిషేధించడం. 2) విశ్వవిద్యాలయ స్థాయిలో వాడుక భాష వాడకుండా నిరోధించడం.

విశ్వవిద్యాలయ స్థాయిలో వాడుకభాషను వినియోగించాలనే విషయంలో భిన్నాభిప్రాయాలు కలవాళ్లను ఆహ్వానించి పచ్చయ్యప్ప కళాశాలలో రెండు రోజుల సభ 1912 మే నెల 15, 16 వ తేదీలలో ఒక సభ నిర్వహింపబడింది. మొదటిరోజు వ్యావహారిక భాషా వ్యతిరేకులూ, రెండో రోజు అనుకూలురూ మాట్లాడేరు. 16 వ తేదీన గురజాడ అప్పారావు గారు మాట్లాడేరు. దీనికి చాలా ప్రాముఖ్యత ఉంది.

అప్పారావు గారు చాలా బలమైన వాదనలు వినిపించి, వ్యావహారిక భాష విశ్వవిద్యాలయ స్థాయిలో విద్యార్థులు పరీక్షలో వాడేలాగున ఇదివరకటి ఆజ్ఞలు కొనసాగడమే కాకుండా, పాఠ్యపుస్తకాలలో కూడా వ్యావహారిక భాష ముద్రించే లాగున ప్రభుత్వ ఆజ్ఞలు తెప్పించగలిగేరు.

అప్పారావు గారి చర్య వ్యావహారిక భాషావ్యతిరేకులకు గొప్ప కోపం తెప్పించింది. ఈ విషయంపై 24-11-1912 కందుకూరి వీరేశలింగం గారి అధ్యక్షతన పచ్చయ్యప్ప కాలేజీలో సమావేశమై ప్రభుత్వ ఉత్తర్వులు ఉపసంహ రించుకోమని వినతి పత్రం సమర్పించేరు.

ఇద్దరు పలుకుబడిగలిగిన, సంస్కరణాభిలాషులైన, 'ప్రభువులు' గురజాడ అప్పారావు పంతులు, కందుకూరి వీరేశలింగం పంతుల మధ్య భాషా విషయంలో ఘర్షణ.

దీని పరిణామాలు ఏంటి? అసలు ఈ ఘర్షణకు మూల కారణం ఏంటి? వివరాలు చూద్దాం.

37

ప్రభుత్వ ఉత్తర్వులు ఉపసంహరించుకొమ్మని కందుకూరి వీరేశలింగం గారు సమర్పించిన వినతిపత్రంపై ప్రభుత్వం ఏం చేస్తుందో తెలీదు అప్పారావు గారికి. వీరేశలింగం గారి పలుకుబడి సామాన్యమైనది కాదు.

పరిస్థితి స్పష్టంగా అర్థం చేసుకుందికి 16-05-1912 న జరిగిన రెండో రోజు సమావేశం గురించి మరికొంత తెలియాలి.

ఆరోజున అప్పారావుగారు వ్యవహారభాషకు అనుకూలంగా మాట్లాడి నప్పుడు; ఎంతో మంది మహాపండితులు ముందు రోజు వ్యవహారభాషకి వ్యతిరేకంగా మాట్లాడుతూ వ్యవహారభాష అంటే 'గ్రామ్యమైన, అసభ్య భాష' అని వెటకారం చేస్తూ వాళ్ళు చేసిన విమర్శలను దృష్టిలో పెట్టుకుని; వ్యవహారభాష అంటే అసభ్య భాష కాదని ఎన్నో ఉపపత్తులు చూపించేరు.

సంస్కృత పండితులందరూ ముందు రోజు అప్పారావు గారిని ఆత్మరక్షణలో పడేసేరు. ఒక్క సంస్కృత పండితుడైనా వ్యవహారభాషను సమర్ధిస్తే బాగుందుననిపించింది అప్పారావు గారికి.

విజయనగర సంస్థానంలో ఉండే సంస్కృత పండితులలో పేరి కాశినాథ శాస్త్రి, తాతా సుబ్బారాయ శాస్త్రిలు పేరెన్నిక గలవాళ్ళు. అందులో పేరి కాశినాథ శాస్త్రి గారు ఆరోజు సభకి వచ్చేరు.

తిరుపతి వెంకటకవులు ఆనందగజపతి దర్శనార్థం వచ్చినప్పుడు , విజయనగరం సంస్థానంలో వాళ్ళ పాండిత్యానికి సరితూగగల వ్యక్తి ఎవరైనా ఉన్నారా అన్న దృష్టితో రాజుగారు పండితులవైపు చూసినప్పుడు, అప్పారావు గారు తల దించుకున్నారు. అప్పుడు వాళ్ళతో వివాదం జరిపి వాళ్ళను నిలువరించి విజయనగర సంస్థానం పరువు నిలిపిన సంస్కృత పండితులు, శ్రీ పేరి కాశినాథ శాస్త్రి గారు.

అప్పారావు గారి తరవాత కాశినాథ శాస్త్రిగారు మాట్లాడడానికి లేచేరు. విజయనగర సంస్థానంలోకెల్లా సర్వశ్రేష్టమైన సంస్కృత పండితుడు శాస్త్రి గారు. అప్పారావు గారి వ్యవహార భాషావాదానికి విజయనగరం నుండే తీవ్ర వ్యతిరేకత వస్తుందనే నమ్మకంతో ఉన్నారు ముందురోజు మాట్లాడిన సంస్కృత పండితులు.

శాస్త్రిగారిది అద్భుతమైన కంఠం. అప్పారావు గారు ఎంత బలమైన వాదన చేసినా, ఆయన కంఠం బలహీనమైనది.

కాశినాథశాస్త్రి గారు తనను సమర్థిస్తారనే నమ్మకం లేదు అప్పారావు గారికి. ప్రత్యక్షంగా అప్పారావు గారికి ఆయనతో వివాదం లేకపోయినా ; నియోగులని బ్రాహ్మణులుగా కూడా పరిగణించని ద్రావిడులకీ, అప్పారావు గారి సంస్కృత జ్ఞానాన్ని కించపరిచి వెటకారం చేసే సంస్కృత పండితులకీ, ప్రతీక పేరి కాశినాథ శాస్త్రిగారు.

అప్పారావు గారు కన్యాశుల్కం మొదటి కూర్పులో అడపిల్లలని ముసిలి వాళ్లకి హెచ్చు డబ్బు పుచ్చుకుని అమ్మేసుకునే దురాచారం వైదీకుల్లోనే ఉంది అని చెప్పడానికని స్పష్టంగా వైదీకుల ప్రస్తావన తెచ్చేరు. అయితే ఆనాటి వ్యవహారంలో ద్రావిళ్ళనీ, నియోగులు కాని ఇతర బ్రాహ్మణులనీ – కలిపి – వైదీకులనే వ్యవహరించేవారు. ఆడ పిల్లల అమ్మకం, కొనడం గురించి తాను చెపుతున్నప్పుడు ద్రావిళ్ళనే దృష్టిలో పెట్టుకున్నానని సూచన మాత్రం చేయడానికి ప్రధానంగా ద్రావిళ్ళ అగ్రహారాలైన కృష్ణారాయపురం, నందిపిల్లి అగ్రహారాలని ప్రస్తావించేరు.

గుంటూరు శాస్తుల్లు పేరు మొదటి కూర్పులో ఉండదు. కానీ రెండో కూర్పు వేళకి సిద్ధాంతి చేత గుంటూరు శాస్తుల్లు పేరు 'పేరి' రామశాస్త్రి అని చెప్పించేరు గురజాడ వారు.

రెండో కూర్పు తరవాత అప్పటి విశాఖపట్నం జిల్లాలో (ఇప్పటి విశాఖ, విజయనగరం, కొన్ని శ్రీకాకుళం జిల్లాలో ఉన్న ఊర్లు) ఉన్న ద్రావిడులలో 90 శాతం గురజాడ మీద చాలా కోపంతో ఉన్నారు. అలా కోపంతో ఉండడం గురజాడకు విజయం. ఒక విధంగా గురజాడ తన తరఫునా, నియోగుల తరఫునా ద్రావిళ్ళ మీద తీర్చుకున్న ప్రతీకారానికి ఆనందిస్తున్నారు. అప్పారావు గారికి సంస్థానంలో చాలా పలుకుబడి ఉంది. ఆయన ఏం చెప్తే అప్పల కొండయాంబ ఆ పని చేయడానికి సిద్ధం. సంస్థానం పేరుకే విజయరామగజపతిది. అసలు అజమాయిషీ అంతా అప్పల కొండయాంబదే. ఈ ద్రావిడ పండితులు అప్పారావు గారిని ఏమీ చెయ్యలేరు.

పరిస్థితులకు తగ్గట్టుగానే విజయనగర సంస్థానంలోని ద్రావిడ సంస్కృత పండితులు అందరూ అప్పారావు గారికి తగ్గే ఉన్నారు.

అటువంటి పరిస్థితులలో పేరి కాశినాథ శాస్త్రి గారికి అప్పారావు గారి వ్యావహారిక వాదాన్ని వ్యతిరేకించే అవకాశం వచ్చింది. దీన్ని వదులుకుని, అప్పారావు గారి వాదాన్ని సమర్ధించే అవకాశం దాదాపు శూన్యం.

❖❖❖

38

శ్రీ పేరి కాశినాథశాస్త్రి గారిది కంచు కంఠం. తండ్రి వెంకటశాస్త్రి నుండి జన్యుపరంగా వచ్చింది. 20 ఏళ్ల వయసుకే అతడికి మంచి సంస్కృత పండితుడిగా పేరొచ్చింది. వెంకట శాస్త్రి గారు కొడుక్కిచ్చిన శిక్షణ అలాంటిది.

అసలు కాశినాథ శాస్త్రిగారిని ముందు రోజే మాట్లాడమన్నారు సభానిర్వాహకులు. వాళ్లంతా వ్యవహారభాషకు వ్యతిరేకులు. శాస్త్రిగారే మర్నాడు మాట్లాడతానన్నారు. గురజాడ తరవాత తాను మాట్లాడతానని స్పష్టం చేసేరు.

శాస్త్రిగారు ఆలోచనలో పడ్డారు.

రేపేమ్మాట్లాడాలి? అప్పారావు ఏమ్మాట్లాడతాడో తనకు తెలుసు. ఎప్పుడూ పాడుతున్నపాటే.

Anglosaxon లో ఫ్రెంచ్ 80 నుండి 90 శాతం కలసిపోయి ఇంగ్లీషును ఎలా పాడుచేస్తోందో, ఇటలీలో వ్యావహారిక భాషయిన ఇటాలియన్ కాకుండా పండితులు లాటిన్ ని ఎలా వాడుతున్నారో, వర్జిల్ కవి లాటిన్ నీ, డాంటే కవి ప్రజల భాష ఇటాలియన్ నీ ఎలా వాడేరో , లూథర్ బైబిల్ అనువాదం ప్రజల ఇంగ్లీషులో ఎలా చేసేడో –ఇవన్నీ ఉదహరించి , కొసకు సంస్కృతం తెలుగును ఎలా కబళించేస్తోందో చెప్పి -సంస్కృత రహిత తెలుగును వాడాలి అని చెప్పి అతడు ముగిస్తాడు. మధ్యలో కొక్కొండ వెంకటరత్నం పంతులుని వర్జిల్ తోనూ, తనను డాంటేతోనూ పోల్చుకుని ; డాంటే రాసిన ‘de elaquenta vulgaris’ వ్యాసాన్ని ఉదహరిస్తాడు.

అప్పారావు సంస్కృతం ఇంగ్లీషులో చదువుకున్నాడు.

సంస్కృత పండితులు రెండు రకాల వాళ్ళున్నారీ తెలుగు నేలమీద. వైశాల్యం బాగా తెలుసున్నవాళ్లు. లోతు బాగా తెలుసున్నవాళ్ళు. ఇంగ్లీష్ బాగా వచ్చి ఆ భాషలో మాత్రమే సంస్కృతం చదివిన వాళ్లకి ప్రపంచ వ్యాప్తంగా సంస్కృత పండితులు ఆ భాషాసాహిత్యాల గురించి రాసిన విషయాలు తెలుస్తాయి. పరిశోధనా వివరాలు తెలుస్తాయి. ఇది వైశాల్యం.

సంస్కృతం సంస్కృతంలో చదివి, ఇంగ్లీష్ రానివాడికి దాని లోతులు మాత్రం తెలుస్తాయి.

వైశాల్యం మాత్రమే తెలిసున్న వాళ్ళు, ఒక్క వాక్యం కూడా సంస్కృతంలో తప్పులు లేకుండా మాట్లాడ లేరు, రాయలేరు.

లోతులు మాత్రమే తెలుసున్నవాళ్ళు సంస్కృతంలో అనర్గళంగా ఉపన్యసించగలరు. శ్లోకాలను పీకి పాకం పట్టగలరు. వాటిలో శబ్దాలనూ, అలంకారాలనూ ఏమీ కాకుండా వివరించగలరు. కాని, కొంత కూపస్థ మండూకంలా ఉంటారు.

అయితే ప్రస్తుతానికి తెలుగునాట లోతున్నవాళ్లదే హవా. అగ్రహారాల్లో ఉన్న సంస్కృత పండితులకి సంస్కృతంలో సంస్కృతం చదవని వాళ్లంటే చిన్న చూపు. అవమానిస్తారు. వాళ్లలో హెచ్చు మంది ద్రావిళ్లూ, వైదికులే.

మహారాష్ట్రలోనూ, బెంగాల్ లోనూ మనకి వైశాల్యం లోతూ కూడా ఉన్న పండితులు కొందరు కనిపిస్తారు.

దురదృష్టవశాత్తు అప్పారావు ఈ విషయంలో అవమానాలు పాలయ్యేడు. అతడి వ్యవహారాభాషావాదానికి మూలం అతడికి సంస్కృతం విషయంలో జరిగిన అవమానాలు.

సంస్కృతం పూర్తిగా తీసేసిన తెలుగు వ్యావహారిక భాష అంటాడు. లాటిన్కీ ఇటలీ భాషకు ఉండే సంబంధం వేరు, సంస్కృతానికీ తెలుగుకీ ఉండే సంబంధం వేరు. సంస్కృతం, తెలుగు పాలూ నీళ్లలా కలిసిపోయేయి. పూర్తిగా విడదీసే హంసలు లేవు.

సరే. ఇంతకీ నేనేం మాట్లాడాలి. రేపే నిర్ణయిద్దాం. అప్పారావు ఏం మాట్లాడతాడో విన్న తరువాత.

❖❖❖

39

మర్నాడు 16-05-1912 న గురజాడ వారి ఉపన్యాసం పేరి కాశినాథశాస్త్రి గారు అనుక్కునట్టే ఉంది.

తరవాత ఉపన్యసించడానికి లేచేరు కాశినాథశాస్త్రి గారు.

సంస్కృత పండితులంతా అప్పారావు గారిని శాస్త్రిగారు ఎలా చేటలు చెరిగేస్తారో చూడ్డానికి కుతూహలంతో ఉన్నారు.

సంస్కృత భాష ఎంతగొప్పదో సోదాహరణంగా వివరించేరు శాస్త్రిగారు. సంస్కృతం తెలుగు భాషను సుసంపన్నం చేసిందన్నారు. సంస్కృతం తెలుగును పాడుచేసిందనడం అజ్ఞానం అన్నారు

సభలో సంస్కృత పండితులు పొంగిపోయేరు. అప్పారావు గారికి శాస్త్రిగారు పెట్టబోయే చీవాట్లు గురించి పండితులు ఉహించుకుంటున్నారు.

'అయితే' అని కొంచెం సేపు ఆగేరు శాస్త్రిగారు. సందేహాస్పదంగా చూసేరు సభాసదులు.

" ఈ రోజు మాట్లాడుతున్న అంశం సంస్కృత భాష గొప్పదనం గురించి కాదు. తెలుగు భాష ఎలా ఉండాలి అన్నది చర్చించుకుంటున్నాం. ఈ విషయం సభ్యులు జ్ఞాపకం ఉంచుకోవాలి"

"ఒక భాష మాట్లాడే సమూహం మరొక భాష మాట్లాడేవాళ్ళతో కలిసి మెలిసి బతకవలసి వచ్చినపుడు ఆ రెండు భాషల్లోనూ ఆదాన ప్రదానాలు ఉంటాయి. ముఖ్యంగా పాలకుల భాష పాలితుల భాష వేరయినప్పుడు పాలితుల భాషలో పాలకుల భాషాప్రభావం హెచ్చుగా ఉంటుంది. మనని ఇంగ్లీష్ వాళ్ళు ఇప్పుడు పాలిస్తున్నారు. మనని నవాబులు పాలించేరు. ఇంగ్లీషు పదాలూ,

పెర్షియన్, టర్కిష్, ఉర్దూ భాషా పదాలు తెలుగులో చాలా చేరేయి. సంస్కృతం ఈ దేశం అంతా ఉంది. వైదిక మతం దేశంలో అన్ని ప్రాంతాలకూ వ్యాపించడం వల్ల, ఆ మతాన్ని ఆచరించిన పాలకులు, రాజులు, సంస్కృతాన్ని ఆదరించడం వల్లా, అది సాహిత్య భాషా పండితుల భాషా కూడా అయింది"

"సంస్కృత పదాలను తత్సమ, తద్భవ రూపాల్లో తెలుగులో వాడే అవకాశం ఉండడం వల్లా, చదువు ప్రధానంగా బ్రాహ్మణులకే పరిమితం అవడం వల్లా, పండితులు వాళ్ళ పాండితీప్రకర్షను చూపించడమే ధ్యేయంగా పెట్టుకుని సామాన్య ప్రజలు వాడుకునే భాషకు పూర్తిగా దూరంగా జరిగేరు. ఆఖరికి ఆ బ్రాహ్మణ పండితుల ఇళ్లలో మాట్లాడే భాష వేరు, ఆ పండితులు పుస్తకాలలో రాసే భాష వేరు అయింది".

"విశ్వవిద్యాలయాలలోనూ, ప్రభుత్వ పుస్తకాల్లోనూ ఉండే తెలుగు భాష కేవలం పండితుల వినోదం గురించి పెట్టడం లేదు. ప్రజలకు ఉపయోగపడాలంటే అది ప్రజల వ్యవహారంలో ఉన్న భాషలోనే ఉండాలి. దానర్థం పదాల స్వరూపాన్ని మార్చి పలికే, చదువుకోని ప్రజల భాష కాదు. అలాగే కొన్ని అసభ్య పదాలు ప్రజల వ్యవహారంలో ఉంటాయి. అయినంతమాత్రాన ఆ పదాలని వ్యవహారభాషాపదాలుగా ఒప్పుకోకూడదు. అలాగే సంస్కృత పదాలైనా మామూలు ప్రజల వ్యవహారంలోకి వచ్చేస్తే వాటిని తెలుగు పదాలుగానే స్వీకరించాలి".

"ఒక్క వాక్యంలో చెప్పాలంటే : మామూలు చదువు చదివిన వ్యక్తికి నిఘంటువులు చూడక్కరలేకుండా, పండితులను అడగక్కరలేకుండా, బోధపడే అసభ్యతలేని భాష వ్యావహారికభాష".

"ఆ భాషలోనే పరీక్షరాయడానికి విద్యార్థులకి అవకాశం ఇవ్వాలి. పుస్తకాల్లో భాష వ్యావహారిక భాషే అయ్యుండాలి. ఈ విషయంలో గురజాడ అప్పారావు చేసిన ప్రతిపాదనని పూర్తిగా సమర్థిస్తున్నాను" .

"నా శిష్యుడు, అపర పాణిని, తాతా సుబ్బరాయశాస్త్రి ఈ రోజు సభకి రాలేదు. అప్పారావు తరచుగా చెప్పే వ్యావహారిక భాషా వాదాన్ని సమర్థిస్తున్నట్టుగా ఈ సభకి చెప్పమని నాకు చెప్పేడు. అంచేత, నేనూ నా శిష్యుడూ కూడా

అప్పారావుతో పూర్తిగా ఏకీభవిస్తున్నాం” అని ఉపన్యాసం ముగించేరు

ఒక్కసారిగా సభలో కలకలం. అప్పారావు గారికి సంస్కృతం రాకపోవడం వల్ల తెలుగులో వ్యావహారిక భాష ఉండాలని వాదిస్తున్నాడన్న పండితులు , పేరి కాశినాథశాస్త్రిని, తాతా సుబ్బరాయశాస్త్రిని అలా అనలేరు. తమ అందరికంటే సంస్కృత పాండిత్యంలో వాళ్లిద్దరూ మిన్నే.

అప్పారావుగారికుండే పలుకుబడి వల్లా, పేరి కాశినాథశాస్త్రి, తాతా సుబ్బరాయశాస్త్రి గార్ల మద్దత్తు వల్లా ప్రభుత్వం వ్యావహారిక భాష వాడకాన్ని ఒప్పుకోవచ్చు. ఏదో ఒకటి చేసి ఈ ఉపద్రవాన్ని ఆపాలి. ఇదీ సంస్కృత పండితుల ఆలోచన.

అందరు పండితులూ వీరేశలింగం పంతులు గారిని సంప్రదించేరు.

❖❖❖

40

వ్యవహార భాషకు అనుకూలంగా ఇచ్చిన ప్రభుత్వ ఉత్తర్వులను ఉపసంహరించుకోమని వీరేశలింగం గారు 24-11-1912 న ఇచ్చిన వినతి పత్రం వెనుక ఇంత గ్రంథం నడిచింది.

గురజాడ అప్పారావు గారా? కందుకూరి వీరేశలింగం గారా? ఎవరికి పలుకుబడి హెచ్చు?

విజయనగర సంస్థానం అయితే గురజాడ వారిదే పైచేయి. మద్రాస్ విశ్వవిద్యాలయంలోనూ, ప్రభుత్వంలోనూ కూడా గురజాడ వారికి పలుకుబడి ఉంది. రెండేళ్ల కిందట అతని పలుకుబడి వల్లే వ్యావహారిక భాషని ఒప్పుకున్నారు.

అయితే ఇప్పుడు వ్యవహారిక భాషకి వ్యతిరేకంగా ఉన్నది కందుకూరి వీరేశలింగం పంతులు గారు. అతను అసామాన్యుడు. కార్యం సాధించే వరకూ పట్టువదలని పోరాటతత్వం.

అన్ని విషయాలలోనూ మూఢ నమ్మకాలకు వ్యతిరేకం, సంస్కరణలకు

అనుకూలం కందుకూరి వారు. కన్యాశుల్కానికీ, బాల్యవివాహాలకూ వ్యతిరేకం. వితంతు వివాహాలకు అనుకూలం. అలాంటిది భాష విషయంలో వ్యవహార భాషకు వీరేశలింగం గారు ఎందుకు వ్యతిరేకమో అర్థం కాలేదు గురజాడ వారికి.

కరుడు గట్టిన మూఢవిస్వాసాలు కలిగిన పండితులు మాత్రమే సాధారణంగా వ్యవహార భాషను వ్యతిరేకిస్తారు. అటువంటి పండితులకు వత్తాసు పలుకుతూ, వ్యవహారభాషకు వ్యతిరేకంగా వీరేశలింగం గారు విజ్ఞాపన పత్రం సమర్పించడమేమిటి?

ఒకనాడు వీరేశలింగం పంతులుగారంటే గురజాడకి ఎంతో గౌరవం. ఇప్పుడు అతడి సంస్కరణల మీద కొన్ని సందేహాలున్నాయి గురజాడ వారికి. అతడిది కేవలం ప్రచార ఆర్భాటం, కీర్తి కాంక్షేనా? లేక నిజంగా సంస్కరణ వాదా? అతను మహానుభావుడని నమ్మేరు గురజాడ వారు. కాని, నిశ్చయంగా మహానుభావుడేనా?

ఒక ఏడాదిలో ప్రభుత్వం నిర్ణయం తీసుకుంది. ఇంతకు ముందు వ్యవహార భాషకు సంబంధించి రెండు G.O లున్నాయి. ప్రతీవిద్యాలయాలోనూ అందరూ గ్రాంథిక భాషలోకాని, వ్యవహారిక భాషలోకాని రాయాలని ఒక ఉత్తర్వు. అంటే కాలేజీలోని మొత్తం విద్యార్థులు గ్రాంథికంలో కాని వ్యవహారికంలోని రాయాలి. ఆ choice కాలేజీ management చేతులో ఉంటుంది. రెండో ఉత్తర్వులో ప్రతీవిద్యార్థి తన ఇష్టప్రకారం గ్రాంథికభాషలో కాని, వ్యహహారిక భాషలో కాని పరీక్ష రాయొచ్చని ఉంది. ఈ రెండూ ఒకదానికొకటి వ్యతిరేకమైనవి. ఆ పేరు పెట్టి ప్రభుత్వం వ్యవహారభాష ఉపయోగించొచ్చనే ఉత్తర్వులు ఉపసంహరించుకుంది. మద్రాస్ విశ్వవిద్యాలయం వ్యహోహారభాష వాడడానికి సంబంధించి ఒక కమిటీ వేసేరనీ, ఆ కమిటీ రిపోర్టు వచ్చిన ప్రభుత్వం తిరిగి ఉత్తర్వులు ఇస్తుందనీ ప్రకటించేరు.

కొన్నాళ్లకు మద్రాస్ విశ్వవిద్యాలయం నియమించిన కమిటీ వ్యవహారభాష ఉపయోగించడానికి వ్యతిరేకంగా నివేదిక ఇచ్చింది. దాని ప్రకారం విశ్వవిద్యాలయంలో గ్రాంథిక భాషను మాత్రమే అనుమతించేరు. ప్రభుత్వం వారు కూడా గ్రాంథిక భాషని మాత్రమే అనుమతించేరు.

అప్పారావు గారి కృషి వల్ల 1910 లో ప్రభుత్వం వ్యవహారభాష ప్రవేశ పెట్టినా, 1914నాటికి మళ్లీ గ్రాంథిక భాష పూర్తిగా తన పట్టు బిగించింది.

వీరేశలింగం పంతులు విజయం సాధించేరు. అప్పారావుగారు అపజయం పొందేరు. ఇది అప్పారావుగారిని పూర్తి నిరాశలోకి నెట్టేసింది.

❖❖❖

41

కందుకూరి వారి విజయానికి ముందు చాలా గ్రంథం నడిచింది. ఆయన తన విజ్ఞాపనకు మద్దతుగా పది వేల సంతకాలు సేకరించేరు.

మద్రాస్ విశ్వవిద్యాలయం నియమించిన కమిటీలో కందుకూరి వారు ఒక మెంబెర్ కాకపోయినా తనకు అనుకూలమైన వాళ్ళు కమిటీలో ఉండేలా చూసుకున్నారు.

అప్పారావు గారు కూడా ఒక మెంబరే. అయితే మిగతా ఇద్దరూ: వేదం వెంకటరాయశాస్త్రి గారు, కొమర్రాజు వెంకట లక్ష్మణ రావు గారు; వ్యవహార భాషకు వ్యతిరేకమే. వాళ్లిద్దరూ వీరేశలింగం గారి భక్తులే. సహజంగానే వ్యవహారిక భాషకు వ్యతిరేకంగా రిపోర్ట్ ఇచ్చేరు.

మెజారిటీ మెంబెర్లు ఇద్దరూ వ్యాకరణాన్ని పాటించవలసిన అవసరం గురించి చెపుతూ; వ్యవహార భాషలో వ్యాకరణం దెబ్బతింటుందనీ, అది మంచిది కాదనీ రాసేరు. గురజాడ పుట్టిన సంవత్సరమే చనిపోయిన చిన్నయసూరి రాసిన వ్యాకరణం ప్రస్తావన తెచ్చేరు.

అప్పారావుగారు తన dissent note రాసేరు.

అదొక చారిత్రాత్మకమైన పత్రం. దాని పూర్తి పాఠం అందరూ చదివి తీరవలసిందే. అదొక సిద్ధాంత వ్యాసం లాంటిది. అదృష్ట వశాత్తు మనకి 'మనసు ఫౌండేషన్ ' వాళ్లు ప్రచురించిన పుస్తకం 'గురుజాడలు' (గురజాడ సర్వస్వం) లో దాని పూర్తి పాఠం ఇప్పుడు దొరుకుతుంది.

అప్పారావు గారు చాలా విపులంగా తన dissent నోట్ రాసేరు. అందులో భాగంగా వ్యాకరణ వాదుల గురించి రాస్తూ, ఉదాహరణకి వీరేశలింగం గారి రచనల్లోనూ, ఎన్ని వ్యాకరణ దోషాలున్నాయో ఎత్తిచూపేరు. వచనరచనలో వ్యవహారభాషాపదములు సహజంగానే చోటుచేసుకుంటాయని చెపుతూ గ్రాంథిక వాదుల రచనల్లో ఎన్ని వ్యవహార భాషాపదములు ఉన్నాయో ఉదాహరణలు ఇచ్చేరు.

వ్యవహారభాషలోంచి వ్యాకరణం పుడుతుంది కాని, వ్యాకరణంలోంచి వ్యవహారభాష పుట్టదన్నారు.

ఇందులో కుల ప్రస్తావన తేక తప్పలేదు అప్పారావు గారికి. నిజం నిష్ఠూరంగానే ఉంటుంది.

కుల వ్యవస్థలో చదువుకున్న వాళ్ళు ప్రధానంగా బ్రాహ్మణులేననీ, సంస్కృత భాషా సాహిత్యాలు బ్రాహ్మణుల సొత్తనీ, సంస్కృత బాషాభూయిష్టమైన గ్రాంథిక తెలుగు కూడా సహజంగా బ్రాహ్మణులకే వస్తుందనీ, వాడుకభాష విద్యాలయాల్లో వాడితే ఇతర కులాల వాళ్లకు కూడా చదువు వచ్చే అవకాశం ఉందనీ, ఇతర కులాల వారికి చదువు రావడం ఇష్టంలేకే బ్రాహ్మణులు గ్రాంథిక భాషపై పట్టుబడుతున్నారనీ, గురజాడ వారు తన 'అసమ్మతి పత్రం' లో రాసేరు.

గురజాడ వారు రాసింది నిజమా? బ్రాహ్మణులు ఇతరులకు చదువు రావడం 'ఇష్టంలేకే' గ్రాంథిక భాషపై పట్టుబడుతున్నారన్న ఆరోపణ సత్యమా?

'ఇష్టంలేకే' అన్న ఆరోపణ అందరి విషయంలో సత్యం కాకపోవచ్చు. కానీ, వాడుక భాష ప్రవేశపెడితే బ్రాహ్మణేతరులకు చదువు రావడం, బ్రాహ్మణ ప్రయోజనాలు దెబ్బతినడం అనే విషయాలు మాత్రం సత్యమనే నేను భావిస్తున్నాను.

అయితే గురజాడ రాయని సత్యం మరొకటుంది. రాజులకీ, వైశ్యులకీ కూడా తెలుగు గ్రాంథిక భాషలో ఉండడమే ఇష్టం. వాళ్ళ బతుకులు చదువు మీద ఆధారపడి పడిలేవు. కానీ శూద్రులు చదువుకుంటే , వాళ్లకి వ్యవహార జ్ఞానం అబ్బితే, కొంత కాలానికి కేవలం బ్రాహ్మణులకే కాకుండా పై మూడు వర్ణాల వారి అధికృతకీ దెబ్బే.

అయితే గురజాడ వారు కేవలం బ్రాహ్మణుల మీదే ఈ ఆరోపణ చేసేరు.

వీరేశలింగం గారు వ్యవహారభాషకు వ్యతిరేకంగా చేసిన విజ్ఞప్తికి మద్దతుగా సేకరించిన పదివేల సంతకాలూ దాదాపు బ్రాహ్మణులవే. ఇందులో వైదీకులే కాదు. నియోగులూ ఉన్నారు. బ్రాహ్మణేతరులు చదువుకోవడం నియోగులకు వైదీకులకంటే హెచ్చు నష్టం. జనజీవన వ్యవహారాలకు సంబంధించిన ఉద్యోగాలన్నీ వాళ్ళవే.

వైదీకులకు 'సంస్కృతం' తగలడిపోతుందనే విచారం. నియోగులకు తమ 'ఉద్యోగాలకు' ఎసరు తగుల్తుందనే బెంగ.

'అసమ్మతి పత్రం' తో గురజాడ 'బ్రాహ్మణ వ్యతిరేకి' అన్న ముద్ర సంపాదించుకున్నారు.

❖❖❖

42

వ్యవహారభాష విషయంలో ఆఖరిప్రయత్నం చేసేరు గురజాడ వారు. విశ్వవిద్యాలయం తీసుకున్న నిర్ణయాన్ని ఉపసంహరించుకునేలా చేయించడానికి తనకు తెలుసున్న పలుకుబడి కలిగిన తెల్లదొరలకు తన dissent note జతపరుస్తూ ఉత్తరాలు రాసేరు.

తెల్లదొరలు సానుభూతి చూపించేరు కానీ, గురజాడ కోర్కెను తీర్చలేక పోయేరు.

గ్రాంథికభాషావాదులు గెలిచేరు. వ్యవహారిక భాష ఓడిపోయింది. ఇది 1914 పరిస్థితి.

1915 లో తరచుగా అనారోగ్యం పాలవుతుండేవారు.

మెజిస్ట్రేట్ కావాలన్నది చిన్నప్పటి కోరిక. న్యాయవాది కావాలన్నది తరవాత కోరిక. చరిత్ర కారుడు కావాలన్నది కొంతకాలం పోయిన తరవాత కోరిక. సంస్కృత, తెలుగు సాహిత్యాలు చదవడం యాదృచ్ఛికమే కాని ఐచ్ఛికం కాదు. ఇంగ్లీష్ సాహిత్యం చదవడం ఒక్కటే అతడు ఆనందించింది.

నాటకాలు చూడ్డం ఆయన హాబీ. ఇంగ్లీష్ నాటకాలు ఎంత అభివృద్ధి చెందేయో క్షుణ్ణంగా చదివి తెలుసుకున్నాడు. ఆధునిక సమాజంలోని ఎన్నో రుగ్మతలూ, అసంబద్ధతలూ వ్యంగంగా ఎలా చూపించొచ్చో ఇంగ్లీషు నాటకాల అధ్యయనం ద్వారా తెలుసుకున్నాడు. మంచి దృశ్యనాటకాలు వ్యవహారంలో ఉండే ప్రజల భాష ద్వారా మాత్రమే సాధ్యమని పోల్చేడు. ఇంగ్లీషు నాటకాలు చూసే ఇంగ్లీషు సమాజాన్నీ, అర్థం కాని సంస్కృత, హిందూస్థానీ నాటకాలు మాత్రమే చూసే తెలుగు సమాజాన్నీ పోల్చుకున్నాడు.

గురజాడ విద్యాభ్యాసం పూర్తయి, పెళ్లి అయిన తరువాత జీవితాన్ని కింది మూడు దశలుగా విభజిద్దాం:

1) కన్యాశుల్కం మొదటి కూర్పు-ప్రదర్శన

2) విజయనగరం సంస్థానం పెద్దదావా

3) రెండవ కూర్పు, వ్యవహారభాషా ఉద్యమం.

గురజాడకు ఏదైనా నాటకం తెలుగులో వ్యవహారిక భాషలో రాయాలన్న ఉద్దేశం ఎప్పటినుంచో ఉండొచ్చేమో కాని, కన్యాశుల్కం నాటకం రాద్దామన్న తలంపు మాత్రం 1886 పండుగరోజుల్లో నందిపిల్లిలో పేకాటలో సంస్కృతం మాట్లాడినప్పుడు జరిగిన అవమానం తరువాతే కలిగింది. సంస్కృత భాషావాదుల్నే గ్రాంథిక భాషా వాదులు అందాం. మరో విధంగా చెప్పాలంటే, గ్రాంథికవాదుల చేతులో అవమానం వ్యావహారిక కన్యాశుల్కం నాటకానికి బీజం.

❖❖❖

43

మనం గురజాడ మొదటి దశ—అంటే 130 ఏళ్ల కిందటి విషయాలు మాట్లాడుకుంటున్నాం అనే విషయం జ్ఞాపకం ఉంచుకోవాలి.

బ్రాహ్మణులలో నియోగులు 'లౌకిక' వ్యవహారాలాకి చెందిన ఉద్యోగాలలో ఉండడం వల్ల, ద్రావిడ-వైదీకుల కంటే ఆర్థికంగా ఉన్నత స్థితిలో ఉండేవారు. వాళ్లే 'లౌక్యులు' 'పంతుళ్ళు'. హెచ్చుమంది ప్లీడర్లు వాళ్లే. సహజంగానే వైదిక

కర్మల ఆచరణ ద్రావిడ- వైదీకుల కంటే తక్కువయింది.

సంస్కృత భాషా పండితులు కూడా నియోగులలో తక్కువ.

గురజాడకు బాగా పరిచయం ఉన్న నందాపురం పట్టీ అగ్రహారాలలో ద్రావిడ-వైదీకులు , నియోగులను బ్రాహ్మణులుగా పరిగణించకపోవడం, వాళ్లకు సంస్కృతం రాదని హేళన చేయడం మామూలే.

నందాపురం పట్టీ అగ్రహారాలలో వైదిక కర్మాచరణకీ, సంస్కృత పాండిత్యానికీ బాగా ప్రసిద్ధి చెందినది కృష్ణరాయపురం.

గురజాడ వారికి విజయనగర సంస్థానంలో ప్రముఖ స్థానం కావాలి. రాజుగారు అసహ్యించుకునేది బాల్యవివాహాలు చెయ్యడం. రాజుగారు బాగా గౌరవించే ద్రావిడ పండితులలోనే బాల్యవివాహాలు, కన్యాశుల్కం హెచ్చు.

నియోగులలో మగపిల్లలు పనికొచ్చే పనులు చేసేవాళ్ళు అవడం వల్ల కన్యాశుల్క దురాచారం లేదు.

కొన్ని మినహాయింపులు ఉన్నా సాధారణంగా వైదీకి బ్రాహ్మణులు సంస్కృత భాష(గ్రాంథిక భాష)నీ -నియోగ బ్రాహ్మణులు వ్యవహారభాషనీ హెచ్చుగా ఆదరిస్తూ ఉండేవారు.

ఆవిధంగా వైదీకి-నియోగి తేడాలకీ, గ్రాంథిక భాష-వ్యవహార భాష వివాదాలకీ దగ్గర సంబంధం ఉంది.

వ్యవహారభాష పుస్తకాలలో వాడడం అంటే వైదిక సంస్కృతి మీద దాడిగా, అంటే వైదీకుల మీద దాడిగా వైదికులు పరిగణించేవారు.

గురజాడకు కావలసిన అన్ని ప్రయోజనాలూ వ్యావహారిక భాషలో కన్యాశుల్కం నాటకం రాస్తేనే సిద్ధిస్తాయి. అందులో కృష్ణారాయపురం, నందిపల్లి ఊళ్ళ ప్రస్తావనా తప్పదు, వైదీకుల ప్రస్తావనా తప్పదు.

కన్యాశుల్కం మొదటి కూర్పు నాటకం ఆవిర్భావం పైన చెప్పిన సామాజిక నేపథ్యంలో పుట్టింది

కన్యాశుల్కం నాటకం 1892 ఆగస్టు 13కు ముందే చాలా సార్లు ప్రదర్శింప

బడింది. గొప్ప ప్రజాదరణ పొందింది. తరవాత రాజుగారి ముందు ప్రదర్శన జరిగింది.

గురజాడ కోరుకున్న అన్ని ప్రయోజనాలూ నెరవేరేయి. గురజాడ వారు అత్యంత ప్రాధాన్యత కలిగిన వ్యక్తి అయ్యేరు.

వైదీక సంస్కృత పండితుల కంటే రాజుగారి దగ్గర హెచ్చు పలుకుబడి గలిగిన వ్యక్తి అయ్యేరు.

ఇదీ మొదటి దశ.

❖❖❖

44

రెండవ దశ పెద్ద దావాకి సంబంధించింది. దావా వ్యవహారాలు 1913 వరకూ పూర్తి కాకపోయినా, గురజాడ మీద దాని ఒత్తిడి మాత్రం 1906 నాటికి పోయినట్లుంది.

గురజాడ వారి రచనా వ్యాసంగం మళ్లీ 1906 నుండీ మొదలైంది. (మధ్యలో 1903 లో stooping to rise(or raising to stoop?) అనే ఒక కథ ఇంగ్లీష్ లో రాసినట్లూ, దానిని 'సంస్కర్త హృదయం' అనే పేరుతో అవసరాల సూర్యారావు గారు అనువదించినట్లూ, అది 1951 లో భారతిలో అచ్చయినట్లూ మనసు ఫౌండేషన్—ఎమెస్కో వారి 'గురుజాడలు' లో తెలిపి, ఆ అనువాదం ప్రచురించేరు. ఇంగ్లీష్ కథ పేరు xxxix వ పేజీలో ఒకలాగ, అనుబంధం 57 వ పేజీలో మరొకలాగ ఇచ్చేరు. ఇంగ్లీష్ ప్రతి దొరకలేదు)

దావా వ్యవహారాలు ముమ్మరంగా జరుగుతున్న కాలంలో దానికి సంబంధించిన న్యాయశాస్త్ర విషయాలు క్షుణ్ణంగా చదివేరు. గొప్ప గొప్ప ప్లీడర్లను కలిసి చర్చలు జరిపేరు. గురజాడ తాలూకా ప్రతిభకు మద్రాస్ లోని సీనియర్ న్యాయవాదులు ఆశ్చర్యపోయేరంటే, న్యాయవాది కావాలన్న అతడి తొలి కోరిక కొంతవరకూ తీరినట్లే. ఈ దశలో లోకాన్ని మరింత లోతుగా చదివేరు.

గురజాడ వారి న్యాయశాస్త్రప్రతిభా, ఆయన శీలం -రెండూ -తరవాత

లోకానికి తెలిపే ఒక సంఘటన ఈ దశలోనే జరిగింది. కేవలం దావాలో సంస్థానానికి సహాయం చెయ్యకుండా ఉండడానికి జ్ఞాతులు ఆయనకు 40 వేల రూపాయలు (2018 లో ఆ డబ్బు విలువ సుమారు 64 కోట్ల రూపాయలు) లంచం ఇవ్వజూపడం, ఆయన తిరస్కరించడం ; ఇది మామూలు విషయం కాదు. ఆయన వ్యక్తిత్వం గురించి మనం ఒక అంచనాకి రావడానికి ఆయన మిగతా జీవనకాలం అంతా ఒకెత్తు, ఆ ఒక్క క్షణం ఒకెత్తు.

గురజాడ వారి మొదటి అభిమానం సాహిత్యం కాదు ; చరిత్ర రాయడం అని ఇంతకు ముందు చెప్పుకున్నాం. ఈ దశలో ఆయన చరిత్రకు సంబంధించిన చాలా విషయాలు సేకరించేరు.

1906 లో 'కొండుభట్టీయం' నాటకం పూర్తి చేసేరు. కానీ రాతప్రతి పోయింది. నీలగిరి పాటలూ ఈ దశలోనే రాసేరు.

రాజుగారు కన్యాశుల్కం నాటకం కాపీ అడిగితే , తన దగ్గర లేకపోవడంతో, తిరిగి రాయడం మొదలెట్టేరు.

ఇదీ రెండో దశ.

❖❖❖

45

మూడవ(చివరి) దశలో కన్యాశుల్కం రెండవ కూర్పు, వ్యవహారభాషోద్యమం ప్రధానమైనవి.

కన్యాశుల్కం మొదటి కూర్పే అత్యద్భుతం. మొదటి కూర్పు ప్రతులు అయిపోవడం వల్ల రాజు గారి కోరిక మీద గురజాడ రెండవ కూర్పు రాసేరు. ఉద్దేశ్యం ప్రదర్శించడం.

గురజాడ మొదలు పెట్టినప్పుడు కొద్దిగా మార్పులు చేద్దామనుకున్నారు. భాష మరికొంత వ్యావహారికం చేద్దామనీ, మరికొంత హాస్యంగా మలచుదామనీ మాత్రమే అనుకున్నారు.

కానీ మొదలు పెట్టిన తరవాత అది గురజాడ వశం తప్పింది. మొదటి కూర్పుకు మూడు రెట్లయింది. ప్రదర్శనార్హత కోల్పోయింది.

కట్టమంచి రామలింగరెడ్డి గారు రెండవ కూర్పుతాలూకా కన్నడ అనువాదానికి ముందుమాట రాస్తూ, నాటకాన్ని పొగుడుతూనే, ప్రదర్శనా అర్హతకోల్పోవడం గురించి వ్యాఖ్యానిస్తూ "గురజాడ భావనాశక్తికి సరియగు కళాకౌశలమున్న ఎంత బాగుండెడిది ! " అన్నారుట. రెండో కూర్పు మాత్రమే చదివితే, కట్టమంచి వారి వ్యాఖ్య నిజమే నిజమే అనిపిస్తుంది. అయితే కట్టమంచి వారు బహుశా మొదటి కూర్పు చూసుండరు! చూస్తే ఆయన ఆమాట అనరు.

మనకు సంస్కృత నాటకాలలో దృశ్య నాటకాలు, శ్రవ్య నాటకాలు అనే విభజన ఉంది. కేవలం శ్రవ్యనాటకం రాయడం తప్పుకాదు.

కన్యాశుల్కం రెండవ కూర్పు శ్రవ్యనాటకంగా మారింది. నభూతో నభవిష్యతి అనిపించుకుంది.

కావ్యేషు నాటకం రమ్యం అని లోకోక్తి. కావ్యం రాసిన వాడు కవి. భారతీయ సాంప్రదాయంలో 'కవి' అవడానికి పద్యాలు లేక శ్లోకాలతో కూడి ఏదైనా రాయాలనే నియమం లేదు. నాటకం అయినా, గద్య అయినా ఏది రాసినా, ఇతర కావ్య లక్షణాలు ఉంటే అది కావ్యమే.

మహా నాటకం రాసిన గురజాడ మహాకావ్యం రాసేదనాలి. అందుకే మహాకవి గురజాడ అంటాం.

ఈ దశలోనే బిల్హణీయం రెండు భాగాలు, కథలు, ముత్యాలసరం తో బాటు ఇతర గేయాలు రాసేరు.

దేశభక్తి గేయం, 'కన్యక' 'పూర్ణిమ' గేయాలు ఎంత బాగున్నా , గురజాడ కీర్తికి కారణం కన్యాశుల్కం నాటకం మాత్రమే.

❖❖❖

46

చివరి దశలో వ్యవహారభాషోద్యమంలో ముమ్మరంగా పాల్గున్నారు గురజాడ వారు.

గ్రాంథిక-వ్యవహార భాషోద్యమాల వెనుక పెద్ద చరిత్ర ఉంది. ఇక్కడ అంతా చెప్పబోవటం లేదు. కానీ టూకీగా తెలుసుకోవాలి.

గురజాడ పుట్టడానికి 50 ఏళ్ల పూర్వం 1812 లో బ్రిటిష్ పాలకులు(ఈస్ట్ ఇండియా కంపెనీ) సివిల్ సర్వెంట్స్ గురించి తెలుగు వాచక పుస్తకాలు ముద్రిస్తూ, వ్యవహారభాషలోని పదాలను వాడేరు. అరసున్నాలు తీసేసేరు.

బ్రిటిష్ వాళ్లు తెలుగును పాడిచేసెస్తున్నారని గ్రాంథిక వాదులకు కోపం వచ్చింది.

మూడు దశాబ్దాల తరవాత గ్రాంథిక భాషోద్యమం మొదలయింది. మొదట చిన్నయ్యసూరి, తరవాత కొక్కొండ వెంకటరత్నం పంతులు, తరవాత వీరేశలింగం పంతులూ నాయకత్వం వహించేరు. ముగ్గురూ సమకాలికులే.

వీరికి సమాంతరంగా వ్యవహారిక భాషావాదనలు అప్పుడప్పుడు వినిపించేవి కాని ఉద్యమ స్థాయి లేదు.

చిన్నయ్యసూరి 'బాల వ్యాకరణా'న్ని ప్రామాణికంగా భావించి పాటించేరు కొక్కొండ.

వీరేశలింగం గారు పూర్తి గ్రాంథికం వాడడం లేదని కొక్కొండ వారికి కోపం ఉండేది. కాని వీరేశలింగంగారూ గ్రాంథిక వాదే.

చిన్నయ్యసూరి చనిపోయిన సంవత్సరమే పుట్టేరు గురజాడ. గురజాడ , గిడుగు రామ్మూర్తి పంతులూ కలిసి వ్యవహారభాషావాదనలను ఉద్యమ స్థాయికి తీసుకెళ్ళేరు. కాని 1914 నాటికి గ్రాంథిక భాషావాదులదే విజయం.

గురజాడ ఆరోగ్యం పాడయ్యింది. చివరి దశలో అతనికి నిరాశ ఎదురైంది. ఆయన రచించిన 'లంగరెత్తుము' గేయంలో అతని ఆశలూ, నిరాశలూ మనం తెలుసు కోవచ్చు.

ద్రావిడులకూ, ఇతర వైదిక బ్రాహ్మణులకూ కన్యాశుల్కం రెండవ కూర్పు తరవాత మరికొంచెం ఆగ్రహం కలిగింది. గురజాడ వారి గ్రాంథికభాషా వ్యతిరేకతని కూడా వైదీకుల మీద వ్యతిరేకత గానే వాళ్ళు భావించేరు.

ఇటువంటి స్థితిలో, ద్రావిడ బ్రాహ్మణులలో ఉన్న తన ఏకైక మిత్రుడు, అదిభట్ల నారాయణ దాసుగారికి గురజాడ ఒక నాడు కబురు పెట్టేరు.

❖❖❖

47

ఆదిభట్ల నారాయణదాసు గారు గురజాడ కంటె రెండేళ్లు చిన్న. ఆయన బాల్య వివాహాలనూ, కన్యాశుల్కాన్నీ ఏనాడూ వ్యతిరేకించలేదు. వితంతు వివాహాల ప్రస్తావన తెస్తే ఒళ్ళుమంట. వీరేశలింగం గారిని తీవ్రంగా వ్యతిరేకించి వెటకారం చేసేరు.

దాసు గారికి సంస్కృతం బాగా వచ్చు. అయితే గ్రాంథికభాషావాది కాదు.

వ్యవహారభాషావాది కాకపోయినా వ్యతిరేకి కాదు. అచ్చ తెలుగంటే ఇష్టం. 'సీమపల్కువహి' అని నిఘంటువు కూడా రాసేరు.

ఒక విధంగా దాసుగారు నందాపురం పట్టీ పద్దెనిమిది ద్రావిడ బ్రాహ్మణ అగ్రహారాల ప్రతినిధి. వారి కుటుంబ పూర్వీకులకే కొండ జయపురం మహరాజా వారు ఈ అగ్రహారాల మీద ఆధిపత్యం ఇచ్చేరు. వారిది కృష్ణరాయపురం పక్కనున్న అజ్జాడ. వారి ఇంటిపేరు శ్రీమదజ్జాడాదిభట్ల వారుగా పేరుబడింది.

గురజాడ మీద ద్రావిళ్ళకి ఉన్న కోపం అంతా సహజంగా దాసుగారిలో కనిపించాలి.

కానీ దాసుగారు గురజాడకి అత్యంత సన్నిహిత మిత్రుడు.

విజయనగరం ఆనందగజపతి మహారాజావారికి దాసుగారిని పరిచయం చేసింది గురజాడే.

కన్యాశుల్కం నాటకం రెండవకూర్పు ముద్రణకు ప్రూఫ్ రీడింగ్ బాధ్యత

దాసుగారే వహించేరు.

దాసుగారు అప్పారావుగారి దగ్గరికొచ్చేరు

ఆయన చేతులో చెయ్యి వేసేరు. నీరసంగా నవ్వేరు అప్పారావుగారు. ఎక్కడలేని శక్తీ కూడగట్టుగుని మాటాడేరు అప్పారావుగారు.

"దాసూ , ఎన్నాళ్ళు బతుకుతానో తెలీదోయ్! ఇస్తున్న మందులు పని చేస్తున్నట్టు లేదు. ఏం తినకూడదో చెప్పేవాళ్లే కాని, 'నీకేం తినాలనుంది' అని అడిగేవాళ్ళు ఎవ్వళూ లేరు. మినపరొట్టె తినాలనుందోయ్. మీ ద్రావిళ్లు బాగా చేస్తారు. చేయించి పట్రా" అన్నారు.

కళ్ళలో తిరుగుతున్న నీళ్ళని బలవంతాన్న అపుకున్నారు దాసుగారు.

"రేపు తీసుకొస్తాను" అని చెప్పి వెళ్లిపోయేరు.

❖❖❖

48

మర్నాడు ఉదయం పది గంటలకు దాసు గారొచ్చేరు. మినపరొట్టి(చోవిరొట్టి)గిన్నెలో పెట్టి, గిన్నెనీ మరో మూడు డబ్బాల్లో పెట్టిన నువ్వుల పచ్చడీ, కటిక పెసరపప్పు పచ్చడీ,చిన్న సీసాతో తేనె కూడా సంచీలో పెట్టి పట్టుకొచ్చేరు. తిండానికి ఆకులు కూడా అందులోనే పెట్టేరు.

చాలా నీరసంగా ఉన్నారు అప్పారావు గారు. దాసుగారి చెయ్యిసాయంతో మెల్లిగా లేచి పక్కమీద కూర్చున్నారు. పక్కనుండే కుర్చీలో దాసు గారిని కూర్చోమన్నారు. నిత్యం సేవచెయ్యడానికి తనపక్కనుండే పనివాడిని బయటకు వెళ్ళమన్నారు. దాసుగారిని గది లోపలగడియ వెయ్యమన్నారు.

దాసు గారు చోవిరొట్టి, ఇతర సరంజామా బయటకు తీసేరు. చాలా పెద్దరోట్టి. ఒక పావు వంతు విరవమని అప్పారావు గారు చెప్పేరు. దాసుగారు మిగతాది మళ్ళీ గిన్నెలో పెట్టి మూత వెయ్యబోతున్నారు.

అప్పారావు గారు దాసుగారి చేతికి తన చెయ్యి అడ్డం పెట్టేరు. మిగతాది

దాసుగారిని తినమన్నారు. దాసుగారు కొంత సంశయంతో ఉన్నారు.

" దాసూ, అప్పుడే మర్చిపోయేవా ! మనం ఇద్దరూ కూర్చున్నప్పుడల్లా నాది పావు వంతు—నీది మూడొంతులే " అని నవ్వేరు. నవ్వు నీరసంగా ఉంది. జీవం లేదు. మరో సమయంలో అయితే దాసు గారు పగలబడి నవ్వి ఉండేవారు. ఇప్పుడు దుఃఖం వస్తోంది. దిగమింగుకుంటున్నారు దాసుగారు.

అప్పారావు గారు చాలకాలంనుండీ వైద్యుల సలహాతో కోకోవైన్ (కొకైన్ + వైన్) చాలా మితంగా రోజూ తీసుకునే వారు. ఎప్పుడైనా full bottle తెరిచినప్పుడు దాసుగారిని పిలిస్తే, అప్పారావు గారిది పావువంతు, దాసుగారిది మూడొంతులు. ఆరోజుతో ఆ bottle సరి. దానిగురించే అప్పారావు గారు మాట్లాడుతున్నారు.

మిగతా రొట్టంతా దాసుగారు ముందుకు పెట్టుకున్నారు.

చాలా ఇష్టంగా తిన్నారు అప్పారావు గారు. అయితే పావువంతులో కూడా కొంచెం వదిలీసేరు. దాన్ని కూడా తినీసేరు దాసుగారు.

దాసుగారు ఆకులు పారీసి, గిన్నె -డబ్బాలు కడిగీసి, సంచిలో పెట్టీసేరు.

అయిదు నిముషాలు పోయిన తరవాత అప్పారావు గారు దాసుగారి వైపు సూటిగా చూసి :

"దాసూ, నీ సంగతి అలా అట్టేపెట్టు. కానీ, మీ ద్రావిళ్ళకూ-వైదీకులకూ నామీద పీకలదాక కోపం ఉంది కదూ? కన్యాశుల్కం నాటకం, ముఖ్యంగా రెండోకూర్పు వచ్చిన తరువాత, వాళ్ళని అవమానించడానికే రాసేనని అనుకుంటున్నారు కదూ " అన్నారు.

"ఇప్పుడావిషయాలన్నీ ఎందుకు? శాంతిగా పడుక్కో" అన్నారు దాసుగారు.

"లేదు దాసూ, నువ్వు చెప్పాలి. నందాపురం పట్టీ అగ్రహారీకుల అభిప్రాయాలు నీకంటే ఇంకెవరికీ బాగా తెలీదు. తాతా రాయుడు శాస్త్రి నీకు బాగా సన్నిహితుడు. నందిపిల్లిలో సంస్కృతం వచ్చిన వాళ్లంతా అతడి శిష్యులే. వాళ్ళ అభిప్రాయాలూ నీకు తెలిసే ఉంటాయి. నువ్వు కాపోతే నాకెవరు చెప్తారు

దాసూ" అన్నారు.

"సరే, రేపు చెపుతానులే" అని దాసుగారు లేచేరు.

❖❖❖

49

గురజాడ వారు అడిగిన ప్రశ్న గురించి దాసు గారు దీర్ఘంగా ఆలోచిస్తున్నారు.

కృష్ణారాయపురంలోనూ, మిగతా నందాపురం పట్టీ అగ్రహారాల్లోనూ ద్రావిడులు గురజాడ గురించి ఏమనుకుంటున్నారో తనకు బాగా తెలుసు. అప్పారావు ఊహిస్తున్న దానికంటే హెచ్చుకోపంగా ఉన్నారు.

వేద వేదాంగాలను ఆపోసన పట్టీ , వైదిక కర్మాచరణ త్రికరణశుద్ధిగా చేసే , తమ కుటుంబాలను కన్యాశుల్కం నాటకంలో అడపిల్లల్ని అమ్ముకుని బతికే కొంపలుగానూ, తమకుటుంబాలలో వయసులో ఉన్న వితంతువులందరూ వ్యభిచరించే వాళ్లుగానూ , గురజాడ చిత్రీకరించేడనీ ; మొదటికూర్పు కంటే కూడా రెండవ కూర్పులో మరికొంత వెటకారం చేసేడనీ ; తీవ్ర ఆగ్రహంతో ఉన్నారు.

రామచంద్రాపురం అగ్రహారం లోనూ వైదీకులకు గురజాడంటే సదభిప్రాయం లేదు.

ముఖ్యంగా విజయనగరం రాజులముందు తమని తక్కువ చేయడమే గురజాడ ప్రధానోద్దేశమని చాలామంది భావిస్తున్నారు.

కన్యాశుల్కం రెండవ కూర్పు బయటకొచ్చిన తరవాత , మొదటి కూర్పులోనూ రెండో కూర్పులోనూ కూడా నందిపిల్లి ప్రస్తావన ఉండడం ; కళింగ సీమలోకెల్లా నందిపిల్లిని ఆడపిల్లల్ని కొనే, అమ్మే పెద్ద బజారులా కృష్ణాతీరం వరకూ ప్రసిద్ధి చెందిన అగ్రహారంగా చిత్రీకరించడం; నందిపిల్లి వాళ్ళు గ్రహించేరు. ఆ గ్రామానికి చెందిన పేరి వెంకటశాస్త్రి తనగురువూ, వరుసకు మేనమామా అయిన తాతా రాయుడు శాస్తుల్లు దగ్గర ఈ ప్రస్తావన తీసు

కురావడం, అసలు గురజాడ నాటకం రాయడానికి కారణం అతడికి నందిపిల్లిలో పండుగ రోజుల్లో పేకాట ఆడే సమయంలో సంస్కృత పండితుల చేతిలో జరిగిన అవమానం అని రాయుడు శాస్త్రి చెప్పడం జరిగింది. అప్పటినుండీ నందిపిల్లి వాళ్ళూ తీవ్రకోపంతో ఉన్నారు. రాయుడు శాస్త్రి స్వయంగా తనకీవిషయం చెప్పేడు.

ద్రావిళ్ళకీ, ఇతర వైదీకులకీ గురజాడమీద కోపం ఒక్కటే కాదు. అతడికి తాగుడు వ్యసనం ఉందనీ, వేశ్యాసందర్శనం కూడా చేస్తాడనీ విమర్శిస్తారు. సంస్కృతం రాక, సంధులూ సమాసాలూ తెలీక, చక్కని భాష రాయలేక , నాలుగు బొట్లేరు ముక్కలు ఇంగ్లీషులో నేర్చుకుని, వాళ్లు రాసే పద్ధతిలో వాడుకభాషలో మాత్రమే రాయగలడని నిందిస్తారు.

ఇప్పుడు తనేమీ గురజాడకు చెప్పేపరిస్థితిలో లేడు. నిజం చెప్పి గురజాడకు ఈ అనారోగ్య పరిస్థితిలో మరికొంచెం బాధ కల్గించకూడదు. అబద్ధం చెపితే ఎలాగూ నమ్మడు.

“అసలు ఇవాళ వెళ్లక పోవడం మంచిది. అతడు కబురు పెడితే చూడొచ్చు” అనుకున్నారు దాసుగారు.

❖❖❖

50

ఓ రెండు రోజులు దాసు గారు గురజాడ వారి ఇంటికి వెళ్లలేదు.

ఆలోచనలు మాత్రం గురజాడ చుట్టూనే తిరుగుతున్నాయి.

కన్యాశుల్కం రెండోకూర్పు అయిన తరువాత రెండు మూడు సార్లు గురజాడే తనముందు తాను నాటకంలో తీసుకొచ్చిన వైదీకుల ప్రస్తావన గురించి చెప్పేడు.

తన ప్రధానోద్దేశ్యం రాజుగారు మెచ్చుకునేలా మంచి హాస్యనాటకం వ్యవ హరభాషలో రాయడమే కాని ద్రావిళ్ళనూ, వైదీకులనూ అపహాస్యం చెయ్యడం కాదనీ, అయితే వైదిక సంస్కృత పండితులు తనపట్ల ప్రవర్తించిన తీరూ, అసలు నియోగులు బ్రాహ్మణులే కారన్నట్లు నందాపురం పట్టీ అగ్రహారాల ద్రావిళ్ళు

మాట్లాడే తీరూ, తనని బాధించి నాటకంలో ప్రధాన పాత్రలని వైదీకులను చేసేననీ అన్నాడు.

గురజాడ చెప్పింది నిజమే. అతడో గొప్ప స్కాలర్. ఆధునిక సాంఘిక శాస్త్రాలు ఎన్నో చదివేడు. గొప్ప విమర్శకుడు. అతడి సంస్కృత జ్ఞానం సంప్రదాయ పండితుల జ్ఞానం కంటే భిన్నమైనది. వాళ్లతో పోలిస్తే లోతు తక్కువే. కానీ, చాలా విస్తృతమైనది. సంస్కృత సాహిత్యాన్ని ఆధునిక పద్ధతుల్లో పరిశోధన చెయ్యడం పాశ్చాత్య పండితులకు తెలుసు. సాంప్రదాయ పండితులకు తెలీదు. గురజాడ ఇంగ్లీష్ లో సంస్కృతం చదవడం వల్ల పాశ్చాత్య పండితుల విమర్శా పద్ధతుల్ని తెలుసుకుని చాలా విషయం గ్రహించేడు. అతణ్ణి చిన్నతనం చేసేలా వైదిక సంస్కృత పండితులు మాట్లాడ్డం తప్పు.

ఇక ద్రావిళ్ళూ-వైదీకులూ , నియోగులని పరిగణించిన తీరూ తప్పే. అందులో తనకీ భాగం ఉంది. ఎన్నో హరికథల్లో సందర్భం లేకపోయినా కోరుండి సందర్భం తీసుకొచ్చి మరీ నియోగుల్ని బ్రాహ్మణులే కాదని వెటకారం చేసిన సందర్భాలున్నాయి.

అయితే గురజాడ నాటకంలో వైదీకుల తప్పుల గురించి మరీ అతిశయోక్తులు చెప్పేడు.

ఇద్దరి తప్పులూ ఒకదానికొకటి చెల్లు.

గురజాడ చూపు ముందు చూపు. తెలుగు భాషకు గురజాడ గర్వకారణం.

మూడో రోజు ఉదయం ఒకడొచ్చి గురజాడ వారి అబ్బాయి రామదాసు గారు రమ్మంటున్నారని చెప్పేడు.

దాసుగారు గురజాడ వారి ఇంటికి వెళ్ళేరు.

❖❖❖

51

ఉదయం సుమారు పది గంటలయింది దాసుగారు వెళ్ళేటప్పడికి.

గురజాడ అడిగిన విషయం ఒకవేళ అతడు పట్టుబట్టినా చెప్పకూడదని

నిర్ణయించేరు దాసుగారు.

దాసుగారిని చూసి గుర్తు పట్టినట్లు చెయ్యి కదిల్చేరు గురజాడ వారు.

మూడు రోజులక్రితం కంటె ఆరోగ్యం క్షీణించింది.

కొంచెం సేపు మౌనం. పాతవిషయం మరిచిపోయినట్లున్నారు గురజాడ.

దగ్గరగా ఉన్న పెట్టె వైపు చెయ్యి చూపించేరు. మాట్లాడే శక్తి లేదు.

పెట్టెకు తాళంలేదు. మూత ఎత్తేరు దాసుగారు. మీదనే గురజాడ చేత్తో రాసిన కొన్ని కాగితాలున్నాయి. బయటకు తీసేరు దాసుగారు.

'లంగరెత్తుము' అనే హెడ్డింగ్ కింద ఓ మూడు పేజీల గేయం ఉంది.

ఇది బహుశ ఏదయినా పత్రికలో వచ్చి ఉండవచ్చు.

పైకి చదవమన్నట్టు సౌంజ్ఞ చేసేరు.

"విరిగి పెరిగితి ; పెరిగి విరిగితి; కష్టసుఖములపార మెరిగితి; ...."

"అందజాలని పళ్లకోసం అఱ్ఱు జాపితి;..."

"దేవతలతో జోడు కూడితి; రక్కసులతో కూడి ఆడితి;...."

"చూతునా అని చూసితిని ; మరి చేతునా అని చేసితిని; .."

"పంజరంబున నున్న కట్లను పగలదన్నగ లేక స్రుక్కితి;..."

దాసు గారు చాలా భావయుక్తంగా చక్కని కంఠంతో చదివేరు.

గురజాడ వారి ఆశ నిరాశలనీ, జయాపజయాలనీ, అతని జీవితంలో మొత్తం అన్ని ఎగుడుదిగుడుల్నీ ఆ గీతం స్ఫురిస్తోంది.

గురజాడ కళ్ళల్లో నీళ్ళు తిరిగేయి.

దాసు గారికి ఇంక అక్కడ ఉండడం కష్టం అనిపించింది.

రేపొస్తానని లేచేరు.

❖❖❖

52

30 నవంబర్ 1915. ఉదయం సుమారు 7 గంటలు. గురజాడ వారికి ఏదో ఆరోగ్యానికి సంబంధించిన ఇబ్బంది వచ్చింది.

ఆస్థాన వైద్యులు మంగయ్యనాయుడికి కబురు పంపేరు. ఆయనొచ్చి ఏవో మందులిచ్చేరు. కొంచెం ఇబ్బంది తగ్గింది.

సుమారు 8 గంటలయింది. మంగయ్యనాయుడు గురజాడ పక్కనే ఉన్నారు. గురజాడ వారు ఆయనవైపు చూసి, కొంచెం కోకోవైన్ తెప్పించమన్నారు. ఆయన రామదాసుతో చెప్పేరు. రామదాసుగారు తీసుకొచ్చేరు.

కొంచెం కోకోవైన్ పుచ్చుకుని గురజాడ మంగయ్యనాయుడితో చెప్పేరు:

"నాకు మళ్లీ తిరిగి మామూలు ఆరోగ్యం వస్తే -మంచి ఆరోగ్యం కోసం ఏమి ఆహారం తీసికోవాలి ' అనే విషయం మీద ఒక పుస్తకం రాస్తాను' అని ఓ నవ్వు నవ్వేరు.

గురజాడ అలాగే కొంచెం సేపు ఉండడంతో మంగయ్యనాయుడు కొంచెం తట్టేరు.

తెలుగు సాహిత్యలోకాన్ని ఒక కుదుపు కుదిపి తట్టి లేపిన గురజాడ, మంగయ్య నాయుడు ఎంత తట్టి కుదుపు కుదిపినా లేచి ఈ లోకంలోకి రాలేదు.

ఉలుకూ పలుకూ లేదు. శరీరంలో కదలిక లేదు. ఆ నవ్వు మొహం అలాగే శాశ్వతంగా ఉండిపోయింది.

తనని చెయ్యి పట్టుకుని 'ముందుకు' నడిపించే తన ముద్దుల కొడుకు శ్వాస ఆగినందుకు తెలుగు భాషామతల్లి నిశ్చేష్టురాలయింది. నోటమాటరాలేదు.

గురజాడకు అన్నీ తొందరే. మరో 60 ఏళ్లకు వ్యవహార భాష ఒప్పుకునే భౌతిక పరిస్థితులు వస్తాయనగా ముందుగానే గీర్వాణ భాషావాదులతో 'భూసురుల'తో ఢీకొట్టేరు. తాత్కాలిక అపజయం రాగానే 'అసలు' 'సురుల'తోనే తేల్చుకుంటానని తొందరపడి తాను బతకవలసిన వయసు కంటె 50 ఏళ్ళు ముందుగానే గీర్వాణలోకం వెళ్లిపోయేరు.

వెళ్లిపోయేముందు విజయనగర సంస్థానం సరైన వారసుల చేతిలో పెట్టిమరీ వెళ్లిపోయేరు.

కళింగ దేశంలోని బుద్ధిజీవులంతా నివాళులర్పించేరు

స్వర్గాధిపతి ఇంద్రుడు సకల దేవతలతో కలిసి గురజాడ పార్థివ శరీరం మీద పూలవాన కురిపించేడు

నోటమాటరాని మూగతల్లికి 'అలంకారాలు' తొడగడానికి 'సూరి' చెయ్యిప ట్టుకుని 'వెనక్కి' తీసుకెళ్ళేడు.

❖❖❖

BOOK 2

53

మూర్తి నాదగ్గరకొచ్చి రెండున్నర నెలలవుతోంది. ప్రాక్టీస్ చేసినంత కాలం ఆయన పేదల ప్లీడరే కాని పేద ప్లీడర్ కాదు. కొడుకూ, కూతురూ కూడా అమెరికాలో ఉన్నారు. వాళ్ళ దగ్గరికెళ్ళేడుట . ఉభయకుశలోపరి :

"అయ్యా మీరు ఫేస్ బుక్ లో రాసిన నందిపిల్లి -గురజాడ-కన్యాశుల్కం మొత్తం 52 ఎపిసోడ్స్ చదివేను. కొన్ని సందేహాలు అడగొచ్చా?" అన్నాడు.

అడగొచ్చన్నాను.

"మీరు రాసిన విషయాలు వాస్తవాలా, కల్పనలా?" అన్నాడు.

"వాస్తవ సంఘటనల పునాది మీద కట్టిన కల్పనల భవంతి" అన్నాను.

"మీకు ఇవి రాయడానికి inspiration ఏమిటి? ఏ ఉద్దేశ్యంతో రాసేరు"

"నాకు పదహారేళ్ళ వయసులో మొదటి సారిగా గురజాడ మీద నిందని మా మతామహుల ద్వారా విన్న నేను, ఆ నాడు నందిపిల్లిలో ఉన్న పెద్దవయసు వాళ్ళందరినీ అడిగేను. అందరూ గురజాడను తిట్టడమే. ద్రావిళ్ళ మీద, నందిపల్లి మీద కోపంతో రాసేడని. విశేషం ఏమిటంటే ఎవరూ కన్యాశుల్కం నాటకం మొదటి కూర్పు కాని, రెండో కూర్పు కాని చదివిన వాళ్ళు కారు. అంటే వాళ్ళకి ఒక image వాళ్ళ పెద్దలు చెప్పగా వచ్చిందన్నమాట. అందరూ గురజాడ ద్వారా తాతా రాయుడు శాస్త్రికి -అతడినుండి అతని నందిపల్లి శిష్యుడు పేరి వెంకట శాస్త్రికి చేరిన భోగట్టా గురించి చెప్పేవాళ్ళే.

మామాతామహులు పేరి సుబ్బారాయశాస్త్రి గారు శ్రీ తాతా సుబ్బారా యశాస్త్రి గారికి శిష్యుడైన తరవాత ఆయన గురువుగారిని మళ్లీ అడిగి ధృవపరు చుకున్నారు. గురజాడ వారికి నందిపిల్లిలో అవమానం జరిగిన విషయం

గురజాడ వారు తాతా వారితో చెప్పేరు.

నాకు 50 ఏళ్ల వయసు వచ్చేవరకూ నందిపిల్లిలోనే కాదు, ద్రావిడ-వైదీకుల పెద్దలు ఎవరిదగ్గర కన్యాశుల్కం నాటక(ప్రస్తావన తెచ్చినా, నాటకాన్ని పొగడ్డం, గురజాడను తిట్టడం గమనించేను. ప్రధానంగా ఈ ధోరణి విశాఖ, విజయ నగరం, శ్రీకాకుళం జిల్లాలలోనే ఉండేది. ఆఖరుకు నా వయసు వాళ్ళ వరకూ కూడా గురజాడపై ఈ నింద పెద్దవాళ్ళ నుండి కిందకు వచ్చింది. దీనికి కారణా లేమిటో పరిశోధించాలన్న జిజ్ఞాస నాకు కలిగింది.

అదృష్టవశాత్తూ నా next generation వయసు వాళ్ళకి ఇది పాకరలేదు.

"మీరు రాసినవాట్లో వాస్తవాలు ఏమిటో, కల్పనలు ఏమిటో చెపుతారా?"

"రేపటినుండిచెప్పుకుందాం" అన్నాను

❖ ❖ ❖

54

"మీరు నందిపిల్లిలో గురజాడకు సంస్కృతం విషయంలో అవమానం జరి గిందన్నారు. ఇది వాస్తవమా కల్పనా" అని అడిగేడు మూర్తి.

"అవమానం జరగడం వాస్తవం. ఆ అవమానం ఎలా జరిగుంటుందీ అన్నది నా కల్పన" అన్నాను.

"కేవలం నోటిమాటేనా లేక ఇంకే ఆధారాలేమైనా ఉన్నాయా"

"ప్రధానంగా నోటిమాటే. అయితే సాక్షాత్తూ తాతాసుబ్బారాయశాస్త్రి గారు గురజాడ తనకు జరిగిన అవమానం

మహో మహిమోపాధ్యాయ, కళా ప్రపూర్ణ కీ.శే. పేరి వేంకటేశ్వర శాస్త్రిగారు. వీరు మహామహోపాధ్యాయ, కళా ప్రపూర్ణ తాతా సుబ్బారాయ శాస్త్రిగారి శిష్యులు

గురించి తనకు చెప్పేదన్న విషయం ఒక సారి పేరి వెంకటశాస్త్రిగారికి , రెండో సారి స్వయంగా మా మాతామహులకీ చెప్పేరు. తరవాత ఈ విషయం బలపరుస్తూ కొన్ని పరోక్ష ఆధారా లున్నాయి"

"నాటకంలో నందిపిల్లి ప్రస్తావన ఉండడం, సంస్కృతం చదివేవాళ్ళ గురించి వెటకారంగా, ఇంగ్లీషు చదివే వాళ్ళగురించి గొప్పగా రాయడం ; ఇవి నోటి మాటని బలపరుస్తున్నాయి"

"అసలు గురజాడ నందిపిల్లి వచ్చేర నడానికి ఇంకేమైనా ఆధారం ఉందా?"

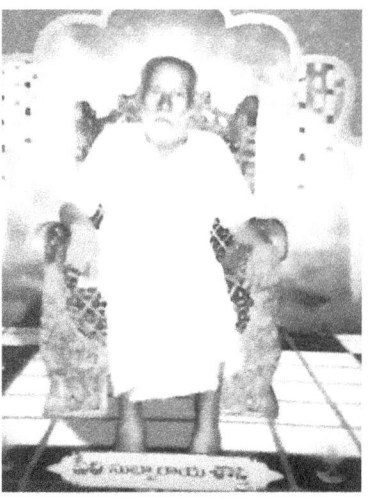

కీ.శే. పేరి సుబ్బారాయ శాస్త్రిగారు. వీరు శ్రీ తాతా సుబ్బారాయ రాయ శాస్త్రి గారికి, శ్రీ పేరి వెంకటేశ్వర శాస్త్రిగారికి కూడా శిష్యులు

"మరొక పరోక్ష ఆధారం ఉంది. గురజాడ రచనలు సేకరించి, ఇంగ్లీషు నుండి తెలుగు అనువాదం చేసి , అవసరాల సూర్యారావు సంకలనం చేసిన 'మాటా మంతీ అవీ : ఇవీ ' అనే పుస్తకం విశాలాంధ్ర ప్రచురణాలయం, విజయవాడ, వాళ్ళు 1958 లో ప్రచురించేరు. ఆ పుస్తకంలో 156 వ పేజీలో గురజాడ వారు 'పాత్రలు' అనే శీర్షిక కింద రాసుకున్న కొన్ని పేర్లు ఉన్నాయి. అందులో :

నందిపిల్లి పూజారి

ఆ ఇంటి పిచ్చివాడు

నందిపిల్లి శాస్తుర్లు

గుంటూరాయన

అనే పేర్లు ఉన్నాయి.

నందిపిల్లి వచ్చుంటారు అనడానికి ఇది పరోక్ష ఆధారం . మూడు పాత్రలు

నందిపిల్లి ఊరుకు సంబంధించి సృష్టిద్దామనుకున్నారంటే, ఆయన తప్పకుండా ఆ ఊరు వచ్చుండాలి.

చివరకు నాటకంలో 'గుంటూరాయన' 'నందిపిల్లి శాస్త్రుర్లు' బదులుగా 'గుంటూరు శాస్త్రుర్లు' 'నందిపిల్లి' వచ్చినట్టుగా రాయడం జరిగింది "

"కేవలం నందిపిల్లిలో జరిగిన అవమానమే కన్యాశుల్కం నాటకం రాయడానికి కారణమా?" అన్నాడు మూర్తి.

"కాదు. అది ఒక కారణం మాత్రమే. నేను రాసిన ఎపిసోడ్స్ లో అన్ని కారణాలూ వివరంగా చెప్పేను"

"మీరు రాసిన విషయాలు గురజాడ ప్రతిష్టను తగ్గిస్తున్నట్టుగా భావించ వచ్చా"

"ఎంత మాత్రం కాదు. ఒక వ్యక్తి కీర్తి ప్రతిష్టలు వాళ్ల మొత్తం జీవితంలో చేపట్టిన కార్యాలమీద ఉంటుంది. గురజాడ కన్యాశుల్కం 'న భూతో న భవిష్యతి' అనొచ్చు. అసలు రెండోకూర్పు లేకపోయినా దానికి గొప్పవిలువ ఉంది. ఆయన మాత్రమే దానికి మెరుగులు దిద్దగలడు. అదే జరిగింది. ఇవాళ వరకూ దాని స్థాయికి తగ్గ మరో నాటకం రాకపోవడం గురజాడ ప్రతిభను తెలుపుతోంది"

"నందాపురం పట్టి ద్రావిడ అగ్రహారాల వాళ్ళూ, రామచంద్రాపురం వైదీకులూ, నందిపిల్లి వాళ్ళూ ; ఒక గొప్ప నాటకం పుట్టడానికి పరోక్షంగానైనా కారణం అయినందుకు గర్వపడాలి" అన్నాను.

❖❖❖

55

"గురజాడను గిరీశంగా అభివర్ణిస్తూ మీరు రాసేరు. దానికేమిటంటారు? " అన్నాడు మూర్తి.

"మీలాంటి వాళ్ళు ఎవరైనా అడగాలనే అలా రాసేను. నా సమాధానం

తరవాత చెపుతాను. మీరు కన్యాశుల్కం నాటకం రెండు కూర్పులూ క్షుణ్ణంగా చదివేరా” అని అడిగేను మూర్తిని.

క్షుణ్ణంగా చదివేనన్నాడు.

“గిరీశం పాత్రమీద మీ అభిప్రాయం ఏమిటి? అతడి మీద మీకు అసహ్యం వేస్తోందా? ఆకర్షణీయంగా కనిపిస్తున్నాడా? “ అని అడిగేను.

సమాధానం చెప్పడానికి తటపటాయిస్తున్నాడు మూర్తి.

నేనే మాట్లాడేను.

“మొదటి కూర్పునే తీసుకోండి. నాటకంలో అసలు గిరీశం పాత్ర లేదనుకుందాం. అగ్నిహోత్రావధానులు సుబ్బి పెళ్ళి నిర్ణయం చేసినట్లు ప్రకటించడంతో మొదలై, వెంకమ్మ అభ్యంతరం చెప్పడం, కరటకశాస్త్రి మాయగుంటతో ప్రవేశించి చివరకు పెళ్ళి తప్పించడం, కొసకి లుబ్ధావధానులు తన తప్పుని తెలుసుకోవడం; ఇలా మొత్తం నాటకాన్ని గిరీశం లేకుండా ఇప్పుడు ఎలా ఉందో అలాగే గురజాడ వ్యావహారిక భాషలో రాసుంటే అప్పుడు మాత్రం ఈ నాటకానికి పేరు రాదా?’’ అని అడిగేను.

మూర్తి ఇంకా ఏమీ చెప్పకముందే మరో విషయం చెప్పేను.

“ఇవాళ మనం అందరూ కన్యాశుల్కం నాటకం అంటే రెండో కూర్పు గురించే మాట్లాడుకుంటున్నాం. కానీ గురజాడకు వచ్చిన పేరు ప్రతిష్టలన్నీ మొదటి కూర్పు వల్లే వచ్చేయని గుర్తు అట్టేపెట్టుకోండి. 1909లో వచ్చిన రెండోకూర్పు అసలు గురజాడ బతికుండగా పూర్తి ప్రదర్శన జరిగిన దాఖలాలు లేవు. తరవాత కూడా కొన్ని కొన్ని భాగాలో, లేక నాటకం వేసిన వాళ్ళు సంక్షిప్తీకరించిన version నో వేసేరు కాని పూర్తి నాటకం ఎవరూ వెయ్యలేదు. 1992 నుండి కొన్ని ceremonial సందర్భాల్లో పూర్తి నాటకం 8 గంటల పాటు కొన్ని సార్లు వేసేరు. అంచేత మొదటి కూర్పునే దృష్టిలో పెట్టుకుని గిరీశం పాత్ర నాటకంలోంచి తీసేస్తే ఎలా ఉంటుందో మీ అభిప్రాయం చెప్పండి” అన్నాను.

“మరో విషయం. మొదటి కూర్పులో గిరీశం లేకుండా నాటకాన్ని ఉహించండి. అలా ఊహించిన నాటకాన్ని రెండో కూర్పులో ఇప్పడిలాగే

గురజాడ వారు పెంచేరనుకోండి. గిరీశం పాత్ర మాత్రం రెండో కూర్పులో కూడా లేదనుకోండి. ఇప్పుడు రెండో కూర్పు ఎలా ఉంటుందో ఊహించి మీ అభిప్రాయం చెప్పండి" అన్నాను.

❖❖❖

56

"గిరీశం పాత్ర లేకుండా ఉంటే కన్యాశుల్కం నాటకం ఎలా ఉంటుందో మీ అభిప్రాయం చెపుతానన్నారు" అన్నాను మూర్తితో.

"నా అభిప్రాయం వినండి. గిరీశం లేకపోయినా నాటకం theme కి ఏమీ ఇబ్బంది ఉండదు. కన్యాశుల్కం నాటకం గిరీశం కథ కాదు. అతడు లేని నాటకం కూడా గురజాడ చేతులో అద్వితీయంగానే ఉంటుంది. కాని, గిరీశంతో కూడిన ఇప్పటి నాటకంతో పోలిస్తే విలువ బాగా తక్కువ ఉంటుంది" అన్నాడు మూర్తి.

"విలువ తక్కువ ఉండడం అంటే ఏమిటో వివరిస్తారా" అని అడిగేను.

"ఆకర్షణీయం గానే ఉంటుంది కాని ఇప్పుడున్నంత ఆకర్షణీయంగా ఉండదు"

"ఈ అధిక ఆకర్షణ గిరీశం వల్ల వచ్చిందంటారు. అంతేనా? "అన్నాను.

అవునన్నాడు

"మీతో పూర్తిగా ఏకీభవిస్తున్నాను. గిరీశం చాలా ఆకర్షణీయమైన వ్యక్తి. అతణ్ణి మరిచిపోలేం. కానీ అతడు మోసగాడు. ఆ లక్షణం కూడా నచ్చిందా?" అని అడిగేను.

"అబ్బెబ్బే. మోసం నచ్చడమమేవిఁటి. ఆ విషయంలో గిరీశం నచ్చడు" అన్నాడు మూర్తి.

"ఆ విషయంలో నచ్చకపోయినా మొత్తం మీద మీకు గిరీశం ఆకర్షణీయంగా కనపడతాడు . అంతే అంటారా"

"అంతే" అన్నాడు మూర్తి.

" ఒకవేళ గిరీశం సంభాషణలు అన్నీ ఇలాగే అట్టేపెట్టి, కొట్టకొసన గిరీశం బుచ్చమ్మను శారీరకంగా లోబరుచుకున్నట్టుగా రాస్తే, అప్పుడు మీరెలా భావించి ఉండేవారు?" అని అడిగేను.

"మొత్తం నాటకం గిరీశం పాత్రవల్లే తగలడిపోను. అందరూ గిరీశాన్ని అసహ్యించుకుందురు. అసలు ఆ పాత్రలో ఏమీ ఆకర్షణ ఉండకపోను" అన్నాడు మూర్తి.

"మీతో పూర్తిగా ఏకీభవిస్తున్నాను. గురజాడ ప్రతిభ అంతా గిరీశం పాత్రను తీర్చిదిద్దడంలోనే ఉంది. 1897 నుండి ఇవాళ వరకూ విమర్శకులు చర్చించగలిగిన పాత్ర అది"

❖❖❖

57

"గిరీశం పాత్ర గురించి, గురజాడకు ఈ పాత్రతో ఉండే సంబంధం గురించి చెప్పండి" అన్నాడు మూర్తి.

"అవును. ముందుగా ఒక విషయం జ్ఞాపకం

ఉంచుకోవాలి. కన్యాశుల్కం మొదటి కూర్పు రాసేనాటికి, అంటే 1887-90 మధ్య కాలంనాటికి, సంస్కృత సాహిత్యంలో కాని-తెలుగు సాహిత్యంలో కాని హాస్య పాత్రను ప్రధాన పాత్రగా చేసి రాసిన కావ్యాలు కాని, నాటకాలు కాని లేవు. కొద్దిగా హాస్యం పాలున్న పాత్రలు మాత్రమే కనిపిస్తాయి ".

"హాస్య ప్రధానంగా రాసిన మొదటి నాటకం వీరేశలింగం గారి 'బ్రాహ్మ వివాహం' (పెద్దయ్య పెళ్లి గా ప్రసిద్ధి చెందింది)".

"గురజాడ హాస్యప్రియుడు. సీరియస్ విషయాలు కూడా హాస్యంగానే చెపుతాడు. మనుషుల మనస్తత్వాన్ని నిశితంగా పరిశీలించడం అతడికి అలవాటు".

"కన్యాశుల్కం నాటకంలో దాదాపు అన్ని పాత్రలూ హాస్యంగానే మాట్లాడుతాయి. ఆఖరికి బుచ్చమ్మ అమాయకపు మాటలు కూడా చిరునవ్వు తెప్పిస్తాయి. కానీ గురజాడ ఒక పూర్తి స్థాయి హాస్యపాత్రని ప్రధాన పాత్రని చేసి నాటకం రాసేడు".

"అంతకు ముందు వీరేశలింగం గారు రాసిన 'బ్రాహ్మ వివాహం' చూడలేదన్నాడు గురజాడ. ఆ మాట నమ్ముదాం. ఒకవేళ మనం అది నమ్మక పోయినా వీరేశలింగం గారి హాస్యానికీ గురజాడ వారి హాస్యానికీ తేడా ఉంది".

"వీరేశలింగం గారిది బండ హాస్యం. గురజాడ వారిది Artistic humor-కళాత్మక హాస్యం".

"గురజాడ ఏఏ విషయాలను విమర్శించదలుచుకున్నాడో అవన్నీ గిరీశం చేత చేయించేడు. అవతల వ్యక్తి ఎలాంటి వాడైనా తన దారిలోకి తెచ్చుకునేందుకు ఏ అస్త్రాలు ప్రయోగించాలో అవన్నీ గిరీశానికి తెలుసు. He is a very 'smart' person. హాస్యం మనకి ఆనందాన్ని ఇస్తుంది. గిరీశం మనకు హాస్యాన్ని అందించేడు. అంచేత మనకు గిరీశం చాలా ఆకర్షణీయంగా కనిపిస్తాడు".

"కన్యాశుల్కం నాటకం గిరీశం కథ కాదు. కానీ గురజాడ తన హాస్యప్రియత్వం వల్ల గిరీశంతో నాటకం మొదలెట్టేడు. ప్రధాన పాత్ర చేసేడు. సుబ్బిపెళ్లి తప్పిపోయి సుఖాంతంతో అసలు నాటకం అయిపోయింది. కొసకు గిరీశాన్ని

ఏం చెయ్యాలి?"

"గురజాడకు గిరీశం పాత్రను ముగించేటప్పుడు మూడు ఆప్షన్స్ ఉన్నాయి.

1) బుచ్చమ్మకు మాయమాటలు చెప్పి శారీరకంగా లోబరుచుకుని వివాహం చేసుకోకుండా ఉడాయించేలా చిత్రించడం

2) బుచ్చమ్మతో వివాహం జరిపించడం

3) బుచ్చమ్మతో శారీరక సంపర్కమూ లేకుండా, వివాహమూ లేకుండా అలా వదిలేయడం".

"గురజాడ మూడో ఆప్షన్ ఎంచుకున్నాడు. దానికి బలమైన కారణా లున్నాయి.

❖❖❖

58

"గిరీశం పాత్ర ముగింపు గురించి చెపుతానన్నారు" అన్నాడు మూర్తి.

"గిరీశం పాత్ర మొదటి కూర్పులోనే చాలా హాస్యంగా ఉంటుంది. రెండో కూర్పులో ఇంకా హెచ్చుగా ఉంటుంది. మనకు ఆనందానిచ్చిన వ్యక్తిని మనం అసహ్యించుకోలేం. ఏమంటారు?" అన్నాను మూర్తితో.

అవునన్నాడు.

మనందరికీ కొన్ని విలువలుంటాయి. విలువలు అంటే values, norms, Do(s) and Don't(s) ఉంటాయి.

మనకు ఆనందం ఇస్తున్నాడు కాబట్టి, అతడు మనం క్షమించగలిగిన తప్పులు చేస్తే, అతణ్ణి తప్పు పడుతూనే, ఇంకా అభిమానించగలం.

ఒకవేళ గిరీశం మనం అసహ్యించుకునే, అంటే మన విలువలకు వ్యతిరే కమైన, మనం క్షమించలేని, తప్పు చేస్తే అతణ్ణి అభిమానించలేం. అప్పుడు అతడి హాస్యం వల్ల మనకు కొంతసేపు ఆనందం కలిగినా, కొసకి మనకు అతడిమీద అసహ్యం మిగులుతుంది. ఆ పాత్ర ఆకర్షణ పోతుంది.

ఇప్పుడు గిరీశం పాత్ర చూద్దాం. అతడు కోతలు కొయ్యడం, గొప్పలు చెప్పడం ఇవి మాత్రమే అతడు చేసిన తప్పులు. మనకు చాలా ఆనందం ఇచ్చేడు కాబట్టి వీటిని క్షమించగలం. అంతే కాని బుచ్చమ్మని మాయమాటలతో లేపుకుపోయి వివాహం చేసుకోకుండా అనుభవించి వదిలేస్తే, వాడిని క్షమించలేం(అలా చెయ్యడం తప్పుపని కాదని మనం అనుకుంటే తప్ప).

గురజాడకు ఈ విషయం తెలుసు. అంచేతే గిరీశం పాత్రని చాలా జాగ్రత్తగా చెక్కేడు మొదటి కూర్పులో. బుచ్చమ్మను చూసిన తరువాత 'ఐ లవ్ హెర్'

అనుకుంటాడు స్వగతంలో. రామవరం తీసుకెళ్లి పెళ్లి చేసుకుందామనే ఉద్దేశ్యం. అంచేత మనం అతణ్ణి అసహ్యించుకోం.

అలా కాకుండా అతడు బుచ్చమ్మను చెరిచినట్లు రాస్తే గురజాడ ఇప్పటికీ తిట్లు తింటూనే ఉండును. అందుకూ అతడు మొదటి ఆప్షన్ ఎన్నుకోలేదు.

ఇక రెండో ఆప్షన్ మాట. బుచ్చమ్మను వివాహం చేసుకున్నట్టు చూపించొచ్చు. సినిమాలో అలాగే మార్చేరు కూడా. నాటకంలో ఎలా ముగింపు ఉందో అలాగే సినిమా తీస్తే utter flop అయిపోను. అయితే నాటకంలో అలా ఎందుకు చెయ్యలేదు అన్నది ప్రశ్న.

ఒక్కసారి ఆనాటి సమాజ విలువల్ని, అంటే సమాజంలో చదువుకున్న-పలుకుబడి వర్గాల విలువల్ని మనం తెలుసుకోవాలి. 1884 లో శంభుచంద్ర ముఖర్జీ గారు అప్పారావు గారికి రాసిన ఉత్తరంలో విధవా వివాహం మీద విజయ నగరంలో చదువుకున్న వాళ్ళ అభిప్రాయం ఏమిటి అని అడుగుతున్నాడు.

మద్రాస్ లో వితంతు వివాహ సమాజం ఏర్పడి, ఒక వివాహం జరిపించి, సమాజంలో పెద్దల తీవ్ర వ్యతిరేకత కారణంగా ఆ సమాజాన్ని రద్దుచేసేరు. వీరేశలింగం గారు మద్రాస్ వెళ్లి మళ్లీ దాన్ని పునరుద్ధరణ చేసేరు.

కన్యాశుల్కం మొదటి కూర్పు నాటికి(1890 అనుకోండి) వితంతు వివాహం ఒకటీ కాలేదు. వైదీక బ్రాహ్మణుల్లో నూటికి నూరు శాతం వ్యతిరేకత ఉండేది. కొద్దిమంది నియోగులలో మాత్రమే సంస్కరణ వాదులు ఉండేవారు. అప్పుడు వాళ్ళు హేళనకు గురయ్యేవాళ్ళు. అనాటికి వితంతు వివాహాన్ని సమర్థిస్తూ రాయడమే పెద్ద విప్లవం కింద లెక్క. గురజాడ వారు సైద్ధాంతికంగా సమర్థించేరు. కానీ బుచ్చమ్మకీ గిరీశానికీ పెళ్లి చేసే ధైర్యం చేయలేకపోయారు.

మొత్తం సమాజం వ్యతిరేకించినా , కనీసం ఆనందగజపతి రాజు బాహ్యంగా వితంతు వివాహాన్ని సమర్థిస్తే, గురజాడ నాటకంలో పెళ్లి చేసుండేవాడు. కానీ రాజుగారు ఈ విషయంలో మౌనంగా ఉన్నారు. కాబట్టి రెండో ఆప్షన్ కూడా గురజాడకి లేదు.

మిగిలింది మూడో ఆప్షన్ మాత్రమే

అంచేతే గురజాడ వారు గిరీశం పెళ్లి వ్యవహారాన్ని 'అడ్డంగా' తిప్పేరు.

❖❖❖

59

"మీరు ఇంతకు ముందు గురజాడే గిరీశం అన్నట్టుగా రాసేరు. దానిగురించి చెప్పమంటే గురజాడ వారు గిరీశం పాత్రని ఎలా ఆకర్షణీయం చేసేరో, ముగింపు ఎందుకు ఇప్పుడు చేసిన విధంగానే చేసేరో చెప్పేరు. అసలు విషయం తప్పించుకుంటున్నారు. గురజాడే గిరీశమా అన్న ప్రశ్నకు సమాధానం చెప్పలేదు. అదే విషయం మళ్లీ straight గా అడుగుతున్నాను. చెప్పండి" అన్నాడు మూర్తి.

మూర్తి చాలా గొప్ప క్రిమినల్ ప్లీడర్. క్రాస్ పరీక్షలో సాక్షులను ప్లీడర్లు ఒక్కొక్కప్పుడు నిలదీసినట్టుగా అడుగుతారు. అందులో ఆయన దిట్ట. ఆ టెక్నిక్ నా మీద ప్రయోగిస్తున్నాడు.

"కన్యాశుల్కం మొదటి కూర్పు ముద్రణ అయిననాటి నుండి(1897) 'గుర జాడకు గిరీశం పాత్ర విషయంలో inspiration ఎవరు' అన్న ప్రశ్న విమర్శకులు చర్చిస్తూనే ఉన్నారు. షేక్స్పియర్ సృష్టించిన 'ఫాల్స్టాఫ్' పాత్ర అని కొందరూ, కాదు విజయనగరంలోనే ఒక వ్యక్తి ఉండేవాడనీ అతణ్ణి చూసే గురజాడ గిరీశం పాత్ర సృష్టించేడని కొందరూ చెప్పేరు".

మనకి స్పష్టమైన సమాధానం కావాలంటే రచయిత అసలు 'పాత్రలు' ఎలా సృష్టిస్తాడో అన్న విషయం మీద గురజాడ వారి అభిప్రాయాలు తెలుసు కోవాలి. గురజాడ రాసిన వివిధ విషయాలు (అవసరాల సూర్యారావు సంకలనం చేసినవి) తెలుగులో విశాలాంధ్ర వాళ్లు 'మాటా మంతీ' అనే హెడ్డింగ్ తో 1958 లో ఒక పుస్తకం పబ్లిష్ చేసేరు. అందులో ఈ విషయంలో గురజాడ అభిప్రాయాలు కూడా ఉన్నాయి.

"రచయిత చదివిన పాత రచనల్లో అన్ని పాత్రలూ రచయితను ప్రభావితం చేస్తాయి. నిజజీవితంలో చూసిన వ్యక్తులు కూడా ప్రభావితం చేస్తారు. కానీ ఏ

పాత్రనీ అలా ఉన్నదున్నట్టు తన రచనల్లో సృష్టించడు అని అంటాడు గురజాడ".

'గిరీశం విషయంలో గురజాడ మీద ఫాల్స్టాఫ్ పాత్ర ప్రభావితం ఉండొచ్చు. అలాగే విజయనగరంలో నిజజీవితంలో అతను చూసిన ఒకానొక వ్యక్తి ప్రభావం కూడా ఉండొచ్చు".

"గురజాడకి సమకాలీకుడు, అతనికి శిష్యుడులాంటి వాడు, అతడి మీద అత్యంత గౌరవం ఉన్న వాడు, మద్రాస్ యూనివర్సిటీ తెలుగు విభాగం ప్రొఫెసర్ బుర్రా శేషగిరిరావుని ఒకసారి ఒక ఇంటర్వ్యూలో కొడవటిగంటి కుటుంబరావు గారు 'గిరీశం పాత్రకు inspiration ఎవరు' అని ఆడిగేరుట. 'గురజాడే గిరీశం' అని జవాబు ఇచ్చేరుట బుర్రా శేషగిరిరావు గారు"

"శేషగిరిరావు అభిప్రాయంతో మీరు ఏకీభవిస్తారా" అని అడిగేడు మూర్తి.

"దాదాపుగా అంతే" అన్నాను.

"కొంచెం వివరించగలరా" అన్నాడు మూర్తి.

❖❖❖

60

"గురజాడే గిరీశమా అంటే 'దాదాపుగా అంతే' అన్నారు. 'దాదాపు' అంటే కొంచెం వివరిస్తారా? " అన్నాడు మూర్తి.

"నిరభ్యంతరంగా. అరటిపండు ఒలిచినట్లు చెపుతాను. అయితే మరో విషయం కూడా దీనితో కలిపి చెప్పాలి"

"ఐదారేళ్ల క్రితం కేంద్ర సాహిత్య అకాడెమీ వారు కన్యాశుల్కం మీద ఉదయంనుండి సాయంత్రం వరకూ విజయనగరంలో ఒక సెమినార్ నిర్వహించేరు. ఐదో ఆరో సెషన్స్ , సెషన్ కి నలుగురో ఐదుగురో వక్తలనూ పిలిచేరు. అందరినీ ముందుగా పేపర్ present చెయ్యమన్నారు. అందరికీ పారితోషికం కూడా ఇచ్చేరు".

"నేను 'కన్యాశుల్కంలో పాత్రలు' అనే విషయంపై పేపర్ present చేసేను.

హేమాహేమీలు వచ్చేరు. చాట్ల శ్రీరాములు గారూ, J V రమణమూర్తిగారూ,, గొల్లపూడి మారుతిరావుగారూ కూడా ఉన్నారు".

"ఆఖరున గొల్లపూడి మారుతీరావు గారు ఓ గంటసేపు మాట్లాడేరు. మంచి నటుడు. మంచి వక్త. రచయిత. సాహితీవేత్త. గిరీశం పాత్ర సీరియల్ లో వేసేరు. హాస్యం తొణికిసలాడుతూ మాట్లాడేరు".

"ఆఖరున గిరీశం పాత్రగురించి చెపుతూ గిరీశం గురజాడ తాలూకా alter ego అన్నారు".

"సభలో కలకలం మొద లైంది. కొందరు గురజాడ అభిమానులు ఆయనతో వాగ్వివాదానికి దిగేరు. సభలో కూర్చున్న మరికొందరు ఆయనతో ఏకీభవిస్తు న్నట్టుగా పెద్ద చప్పుడు లేకుండా చప్పట్లు కొట్టేరు".

"అలా చప్పట్లు కొట్టిన వాళ్లలో ఓ అయిదుగురు దగ్గరకి వెళ్ళి వాళ్లకు నా పేరూ పరిచయం చెప్పి, విషయం అడిగేను. వాళ్ళు గొల్లపూడితో ఏకీభవి స్తున్నారు. అందరూ ద్రావిడ-వైదీక బ్రాహ్మణులే. 55 -60 మధ్య వయసులో ఉన్నవాళ్లు"

"తరవాత 'మిసిమి' సాహిత్య పత్రికలో ఈ విషయం మీద వ్యాసాలు వచ్చేయి. గురజాడను గిరీశంతో పోలుస్తూ ఒక వ్యాసం, ఖండిస్తూ ఒక వ్యాసం వచ్చేయి"

"విశాఖపట్నంలో ప్రత్యేకంగా ఒక సాహిత్యసభ ఈ విషయం మీద ఏర్పాటు చేసింది ఒక సంస్థ. గురజాడను గిరీశంతో పోల్చడం, గిరీశం గురజాడ తాలూకా alter ego అని అనడం—ఈ విషయాలను ఖండిస్తూ వక్తలు మాట్లాడేరు. ఆవేశకావేశాలు చూసి, నేను ఆవేళ మాట్లాడలేదు" అన్నాను.

"అయితే గిరీశం గురజాడ alter ego అని మీరంటారా?" అని ప్రశ్నించేడు మూర్తి.

❖❖❖

61

"గురజాడే గిరీశం అని బుర్రా శేషగిరిరావు గారూ, గిరీశం గురజాడ alter ego అని గొల్లపూడి మారుతీరావు గారూ అన్నారనీ ; ఆ విషయం గురించి మీ అభిప్రాయం చెపుతానన్నారు" అన్నాడు మూర్తి.

"మొదట బుర్రా శేషగిరిరావు గారి అభిప్రాయం పరిశీలిద్దాం. అతనికి గురజాడను వ్యక్తిగతంగా బాగా తెలుసు. గురజాడకు బుర్రా శిష్యుడు లాంటి వాడు. బుర్రావారికి గురజాడ అంటే వీరాభిమానం. అంచేత బుర్రావారికి bad motive అంటగట్టలేము. చాలా బాధ్యతాయుతంగా అన్నమాట. ఎందుకనుండొవచ్చో చూద్దాం".

"నాటకం విషయానికి ఏ మాత్రం సంబంధంలేని గిరీశం పాత్రకి ఎందుకంత నిడివి ఉందో, ఎందుకంత ప్రాధాన్యత గురజాడ వారు ఇచ్చేరో ఆలోచిస్తే మనకి ఒక విషయం అర్థం అవుతుంది. గురజాడ వారు నాటకం చదివిన వాళ్ళెవరూ మరిచిపోలేని పాత్రను సృష్టిద్దామనుకున్నారు".

"అంతప్రాధాన్యత ఎందుకిచ్చేరంటే గురజాడ వారు చెప్పదలుచుకు న్నదంతా గిరీశం ద్వారానే చెప్పేరు. ఎవరిని ఆయన వెటకారం చెయ్యదలుచు కున్నారో వాళ్ళని గిరీశం ద్వారా చేసేరు. ఏ మంచి విలువలు (ideal values) చెప్పదలుచు కున్నారో అవన్నీ గిరీశం ద్వారానే చెప్పించేరు. గురజాడ కున్న హాస్యపు ప్రియత్వం గిరీశం ద్వారా తీర్చుకున్నారు".

"అందరూ గురజాడే గిరీశం అని బుర్రావారిలా అనకుండా ఉండడానికి గిరీశం పాత్రకి, తనమీద ఎవరూ ఆరోపించలేని , కొన్ని negitive లక్షణాలు అపాదించేరు. తనూ గిరీశం ఒకటే అని తనను తెలుసున్నవాళ్ళు అనకుండా ఉండడానికి ఒక ప్రత్యేక ప్రయత్నం చేసేరు. కానీ ఆ ప్రయత్నాన్ని బుర్రా వారు లాంటి సన్నిహితుడు పసిగట్టేరు".

"ఇక గొల్లపూడి మారుతీరావు గారు అన్నమాట పరిశీలిద్దాం. Alter ego అంటే the other part of personality of an individual of which he is not aware of. అంటే ఆ వ్యక్తి తాలూకా చేతనలో(consciousness) లేని అతడి తాలూకా వ్యక్తిత్వం అన్నమాట".

" Unconscious లో భాగమైన మన వ్యక్తిత్వానికి సమాజపు కట్టుబాట్లతోనూ, నీతి నియమాలతోనూ, బరువు బాధ్యతలతోనూ సంబంధం లేదు. Eric fromm అనే ఒక neo Freudian psychoanalyst 'Escape from freedom' అని ఒక పుస్తకం రాసేడు. మనం అందరం కూడా, మన అచేతనలో , బాధ్యత లేని స్వాతంత్రాన్నీ , కష్టపడకుండా ఎవరో ఒకరిని మెప్పించి బతుకు వెళ్లబుచ్చడాన్ని కోరుకుంటామట. కానీ అది సాధ్యం కాదు కాబట్టి మన బాహ్య ప్రవర్తన వేరుగా ఉంటుంది. ఒక రచయిత తన అచేతనలోని కోర్కెలకు అనుగుణంగా ఒక పాత్రను సృష్టించ వచ్చు. Carl Jung దానికి 'shadow' అని పేరు పెట్టేడు . గిరీశం ఒక షాడో"

"అయితే గొల్లపూడి మారుతీరావు ఎక్కడ పొరపాటు పడ్డాడంటే గిరీశం కేవలం గురజాడ వారి alter ego మాత్రమే అనుకున్నాడు. అది కాదు. మన అందరి alter ego అతడు. సర్వ మానవాళి తాలూకా alter ego గిరీశం. అందుకే మనకి గిరీశం అంత బాగా నచ్చుతాడు. గిరీశం లాంటి పాత్రను సృష్టించిన గురజాడకు hats off" .

"మూడు ముక్కల్లో చెప్పాలంటే గిరీశంలో మనకి ఆకర్షణీయంగా కనిపించే భాగం గురజాడ వారు. మనం గిరీశంలో నచ్చుకొని విషయాలను తీసేస్తే మిగిలిన భాగం గురజాడ వారు. గిరీశం మన అందరి alter ego"

❖❖❖

62

"కేంద్ర సాహిత్య అకాడమీ వాళ్ళు విజయనగరంలో పెట్టిన సభలో గొల్లపూడి చివర్లో గురజాడని గిరీశంతో పోల్చినపుడు అంగీకారాన్ని సూచిస్తూ కొందరు ద్రావిడ-వైదిక బ్రాహ్మణులు చప్పట్లు కొట్టేరన్నారు. అది మీరు ప్రత్యేకంగా ఎందుకు ప్రస్తావించేరు?" అన్నాడు మూర్తి.

“నేను కలిసిన వాళ్ళెవరికీ alter ego అనే మాటకు అర్థంకూడా తెలీదు. గిరీశం ఎంత ఆకర్షణీయమైన వ్యక్తి అయినా negative shade ఉన్న వ్యక్తి. గురజాడను గిరీశంతో పోల్చగానే గురజాడమీద ఉండే కోపంతో ఆ చప్పట్లు” అన్నాను.

“వాళ్లకు గురజాడ మీద కోపం ఎందుకు?”

“అదే అసలు ప్రశ్న. వాళ్ళందరూ నాకంటె చిన్నవాళ్లు. ఇపుడు 60-63 ఏళ్ల వయసులో ఉంటారు. అంటే గురజాడ వాళ్లకు 4 లేక 5 తరాలకు ముందు వాడు. గురజాడ మీద కోపం ఉందంటే వాళ్లకు వాళ్ళ వాళ్ళ పెద్దలనుండి వారసత్వంగా గురజాడకు వ్యతిరేకంగా వస్తున్న భోగట్టా కారణం అన్నమాట. అందులో కొందరు నాటకం రెండు కూర్పులనీ పూర్తిగా చదివుండక పోవచ్చు కూడా. అసలా వ్యతిరేకత వైదీకులలో, వాళ్ళ పెద్దలలో , ఉండడానికి కారణం ఏమిటీ అన్నది మరీ ముఖ్యమైన ప్రశ్న”.

“గురజాడ మీద వచ్చినంత సాహిత్య విమర్శ మరే ఒక్కరి మీదా వచ్చుండదు. గురజాడ కాలం నాటి సాంఘిక సమస్యలు ఇప్పుడు లేవు. వైదీకులూ, నియోగులూ ఇప్పడు ఒకే భౌతిక పరిస్థితుల్లో ఉన్నారు. కాని నా తరం వరకూ కూడా కన్యాశుల్కం నాటకం ఆనందిస్తూనే, వేదికల మీద గురజాడను పొగుడుతూనే, వేదిక దిగి గురజాడకు వ్యతిరేకంగా విమర్శించే ద్రావిడ-వైదిక బ్రాహ్మణ సాహితీవేత్తలను నేను చూసేను”.

“గురజాడ అభిమానులై విశాఖ,విజయనగరం,శ్రీకాకుళం లకు చెందని ఈ తరం బ్రాహ్మణేతర మేధావులకు ఈ శాఖాపరమైన బేధాలు కన్యాశుల్కం నాటికి ఎలాఉండేవో, వాటి ప్రభావం కన్యాశుల్కం రచన మీద ఎలా పడిందో, వాటికీ గ్రాంధిక భాష-వ్యావహారిక భాష వివాదానికి ఉండే సంబంధం ఏమిటో తెలియడానికి అవకాశం లేదు. ఈ జిల్లాల బ్రాహ్మణేతర మేధావులకు కూడా ఈ విషయంలో కొంత ఇబ్బంది ఉంది”.

‘గురజాడ మీద అనుకూల సాహిత్య విమర్శకులు ఈ శాఖా బేధాల ప్రభావం ఉందని మాత్రం అంగీకరిస్తారు. కారణాలు తెలియడానికి కావలి సినంత సమాచారం మాత్రం లేదు. గురజాడ కాలనుండి ఇప్పటి వరకూ ఈ

విషయంపై లిఖిత సమాచారం లేనప్పుడు, ఇప్పటినుండి మొదలెట్టి గురజాడ కాలానికి ఊహిస్తూ వెళ్ళాలి. నేను చేసింది అదే" అన్నాను.

"మరో రెండు సందేహాలు" అన్నాడు మూర్తి.

❖❖❖

63

"మీరు గురజాడ చివరి రోజుల్లో ఆదిభట్ల నారాయణదాసు గారు గురజాడ వారిని కలిసినట్లు కొన్ని ఎపిసోడ్స్ లో రాసేరు. గురజాడ వారు దాసు గారిని మినపరొట్టి అడిగినట్టూ, చనిపోయే సమయానికి కొంచెం ముందుగానే గురజాడ కోకోవైన్ తీసుకున్నట్టూ రాసేరు. ఇది వాస్తవమా" అన్నాడు మూర్తి.

"నిజంగా జరిగిన విషయాలు ఎలాజరిగుంటాయి అనే వివరణలు ఎపిసోడ్స్ లో చాలా మట్టుకు నేను కల్పించినవే. దాసు గారికీ గురజాడకీ సంస్కరణల విషయంలో కొన్ని అభిప్రాయ బేధాలు ఉన్నా వాళ్ళు మంచి మిత్రులు. కొన్ని విషయాలు ఆ పాత్రతో చెప్పిస్తే బాగుండుననిపించింది. అయితే మినపరొట్టె, కోకోవైన్ సంగతులకు ఆధారాలున్నాయి" అన్నాను.

"మీరు కల్పించినవి గాక వాస్తవ సంఘటనలు అని మీరు అనుక్కునే వాటికి ఆధారాలేవిటి? అన్నాడు మూర్తి.

"గురజాడ మీద చాలా పుస్తకాలు నాదగ్గర ఉన్నాయి. ఇప్పుడు మొత్తం లిస్ట్ ఇవ్వలేను. అయితే మనకు ఇప్పుడు గురజాడ సమగ్ర రచనలు 'గురుజాడలు' అనే పేరుతో మనసు ఫౌండేషన్ సహకారంతో ఎమెస్కో వారు 2012 లో ప్రచురించేరు. అది primary source. అందులో లేనివి కొన్ని గురజాడ రచనలు 'మాటా మంతీ అవీ ఇవీ' అనే పేరుతో (అవసరాల సూర్యారావు సంకలితం) విశాలాంధ్ర వాళ్ళు 1958 లో ప్రచురించిన పుస్తకంలో ఉన్నాయి. ఇవికాక గురజాడ గురించి మరొక ముఖ్యమైన source ఉంది".

"విజయనగరంలో వసంతరావు బ్రహ్మాజీరావు గారని ఒక ప్లీడర్ గారు ఉండేవారు. గురజాడ చనిపోయిన నాటికి ఆయనకు 16 ఏళ్ల వయసు. 1969 లో

కాలం చేసేరు. 1955 మార్చ్ నెలలో 'ఆంధ్రపత్రిక' లో కన్యాశుల్కం నాటకం గురజాడ అప్పారావు గారు రాయలేదని, గోమఠం శ్రీనివాసాచారి గారు రాసేరని ఒక వ్యాసం వచ్చింది. దాన్ని ఖండిస్తూ బ్రహ్మాజీ రావు గారు ఒక చక్కని వ్యాసం రాసేరు. ఆ సందర్భంగా ఆయన గురజాడ మీద నిశిత పరిశోధన చేసేరు. తరవాత 1956-57 లో గురజాడ అప్పారావు గారి జీవిత చరిత్ర గురించి ఒక పుస్తకం రాసేరు".

"నమ్మకమైన మిగతా ఆధారాలతో పాటు బ్రహ్మాజీరావుగారికి ఒక అతిము ఖ్యమైన ఆధారం శ్రీమాన్ చక్రవర్తుల తాతాచారి గారు అతనికి వ్యక్తిగతంగా ఇచ్చిన భోగట్టా".

" తాతాచారి గారు చిరకాలం బతికేరు. 1965 లో పోయేరు. గురజాడ కంటే పదేళ్లు చిన్న. గురజాడ ఆరోగ్యం బాగుండక పోవడం చేత అప్పల కొండయాంబ రాణీ వారు తాతాచారిని ఎప్పుడూ గురజాడని కనిపెట్టుకుని ఉండమని చెప్పేరు. ఆ విధంగా ఆయన గురజాడకి వ్యక్తిగత సహాయకుడిగా మెలిగేరు. గురజాడ గురించి బహుశా ఆయనకు ప్రత్యక్షంగా తెలుసున్నంతగా ఇంకెవరికీ తెలీదు".

"ఆ పుస్తకాన్ని 'గురజాడ అప్పారావు చరిత్ర' అనే టైటిల్ తో 2001 లో విజ యనగరం లోని సాహితీసంస్థ 'విజయ భావన' వాళ్ళు ప్రచురించేరు"

"చాలా విషయాలు అందులోంచి తీసుకున్నాను. మినపరొట్టె సంగతీ, కోకోవైన్ సంగతీ అందులోవి " అన్నాను

❖❖❖

64

"గత పదేళ్లలో కన్యాశుల్కం మీద కానీ గురజాడ మీద కానీ వచ్చిన గొప్ప సాహిత్యం గురించి చెపుతారా" అన్నాడు మూర్తి.

"కీ.శే. ఉపాధ్యాయుల అప్పలనరసింహమూర్తి గారు విజయనగరం మహరాజా కళాశాల తెలుగు శాఖ విశ్రాంత అధిపతి. ఆయన 2006 లో

‘కన్యాశుల్కం-19 వ శతాబ్ది భారతీయ నాటకాలు’ అని సుమారు 650 పేజీల ఉద్గ్రంథాన్ని రాసేరు. అది అత్యద్భుతమైన పరిశోధనాగ్రంథం. కన్యాశుల్కం నాటకం గురించిన సమగ్రమైన విమర్శ చేస్తూనే, కన్యాశుల్కం నాటక రచనా కాలంలోనే అదే విషయం మీద వచ్చిన కన్నడ, ఒడియా, బెంగాలీ, అస్సామీ,గుజరాతీ నాటకాల గురించి కూడా విపులమైన సమాచారం ఉంది. గురజాడే బతికుంటే అటువంటి పరిశోధనకు జోహార్లు అర్పించి ఉండేవాడు. ఆ నాటకాల్లో కొన్ని పాత్రల సామ్యం చూస్తే ఒకరు మరొకరిని కాపీ కొట్టేరా అన్నంత అనుమానం కలుగుతుంది. కానీ ఆ అవకాశం లేదు. ఒకే భౌతిక పరిస్థితుల్లో ఒకే విషయం మీద ఒకే రకమైన ఆలోచనలు వస్తాయనడానికి అవి ఉదాహరణలు”

“అప్పల నరసింహమూర్తిగారు బతికుండగా ఆయనతో విస్తృతంగా సాహిత్య చర్చలు చేసే అవకాశం కలిగింది నాకు. ఆయన రాసిన పుస్తకాన్ని ఆయన పక్కన కూర్చుని ఉండగా ఓ 90 నిముషాలు ఒక సాహిత్యసంస్థలో విశ్లేషణ చేసే అవకాశం కలిగింది. అది చదివి తీరవలసిన పుస్తకం”

“ఇది కాక గురజాడ మీద విమర్శావ్యాసాలతో గురజాడ వీరాభిమాని రాజాం వాసి శాసపు రామునాయుడు గారు 2012 లో ఒక పుస్తకం ప్రచురించేరు. చాలామంది ప్రముఖ సాహితీవేత్తలను ఆయన వ్యక్తిగతంగా కలుసుకుని, ఫోన్ ద్వారా సంప్రదించి, చాలా వ్యాసాలు రాబట్టేరు. ఆనాడు వృత్తి ఒత్తిడి వల్ల అందులో నేను వ్యాసం రాయలేక పోయేను. చాలా చక్కని వ్యాసాలున్నాయి. మంచిపుస్తకం”.

“గురజాడకు వ్యతిరేకంగా రాసిన పుస్తకాలు ఏమైనా మీ దృష్టిలో కొచ్చేయా” అన్నాడు మూర్తి.

“వ్యతిరేక పుస్తకం కాదు కాని వెలిచేరు నారాయణరావు గారి కన్యాశుల్కం రెండవకూర్పు ఇంగ్లీష్ అనువాదం ‘Girls for sale’ గురించి చెప్పుకోవాలి. నాకు అనువాదం ఏమీ నచ్చలేదు. అనువాదం పూర్తి అయిన తరవాత ఒక 50 పేజీల afterword ఉంది. అందులో గురజాడ ఆధునికతను ప్రశ్నిస్తూ కొన్ని భాగాలున్నాయి. అందులో కొన్ని నాకు నచ్చేయి, చాలా భాగాలు నచ్చలేదు”

"Last Brahmin' పుస్తకం రాసి ప్రసిద్ధికెక్కిన రాణీ శివశంకరశర్మ గారు 'సనాతనం-ఆధునికత' అనే పేరుతో గురజాడ తరహా ఆధునికతను ప్రశ్నిస్తూ ఒక బుక్లెట్ తయారు చేసేరు. 2012 లో విశాఖపట్నం పబ్లిక్ లైబ్రరీ వారు అతనిని ఒక memorial lecture కి పిలిచేరు. ఆ lecture ఈ booklet తాలూకా సారాంశమే. ఆయన facebook లో కూడా చురుకుగా రాస్తుంటారు. ఆ పుస్తకంలో ఉండే కొన్ని విమర్శలతో నేను ఏకీభవించను. కాని కొన్నింటితో ఏకీభవిస్తాను. అది చాలా ఆసక్తిని రేపే పుస్తకం"

❖❖❖

65

"మొత్తం మీద గురజాడ మీద మీ అభిప్రాయం చెప్పండి" అన్నాడు మూర్తి.

"చెప్పే ముందు మరొక విషయం చెప్పండి. గురజాడ ఇప్పటికీ ఎందుకు controversial గా ఉన్నాడు? కొంతమందికి వీరాభిమానం, కొందరికి వీర వ్యతిరేకత ఎందుకుంది?

"ఇది చాలా ముఖ్యమైన ప్రశ్న. ఆనాటి సంఘ సంస్కరణ వాదులూ, సాహితీ వేత్తలూ అయిన వీరేశలింగం, చిలకమర్తి గార్లు కానీ ; సంఘసంస్కరణా భాషాసంస్కరణా రెండింటికీ వ్యతిరేకమైన కొక్కొండ వెంకటరత్నం పంతులు గారు గానీ; భాషాసంస్కరణ వాది అయిన గిడుగు రామ్మూర్తి పంతులు గారు కానీ; వివాదాల్లో లేకుండా , కేవలం గురజాడ మాత్రమే చనిపోయిన వందేళ్లు పోయినా వివాదాల్లో చిక్కుకోడానికి కారణం ఏమిటీ అని మనం ఆలోచించాలి"

"నిజానికి గురజాడ చనిపోయిన ఓ 35 ఏళ్ల వరకూ సాహితీవేత్తలు ఎవరూ గురజాడను పెద్దగా పట్టించుకోలేదు. 1950 తరువాతే గురజాడ మీద తిరిగి ఆసక్తి పుట్టడం, 1990 ల తరువాతే అతడి సాహిత్యాన్ని పట్టించుకోవడం, వివాదాల్లో చిక్కుకోవడం కూడా జరిగింది"

"గురజాడ విషయంలోనే వివాదం ఎందుకు" అని అడిగేడు మూర్తి.

"కొన్ని విలువల మధ్య ఘర్షణ ఉన్నప్పుడు, ఆ ఘర్షణ ఇప్పుడూ కూడా

సమాజంలో ఉన్నప్పుడు, ఒక రచయిత ఎంత పాతవాడయినా, అతడు కొన్ని విలువలను ప్రతిపాదించినప్పుడు, అతడికి ఇప్పుడు కూడా ఆ విలువలను సమర్ధించే అభిమానులూ వాటిని వ్యతిరేకించే వ్యతిరేకులూ ఉంటారు"

"వీరేశలింగం గారి సంస్కరణలు ఒకనాడు వ్యతిరేకించే వాళ్ళూ, సమర్ధించే వాళ్ళూ ఉండి వాళ్ళ మధ్య ఘర్షణ ఉండొచ్చు. ఈ రోజున అతడి సంస్కరణలకి ఎవరూ వ్యతిరేకులు లేరు. ఇప్పుడు ఘర్షణ లేదు. కాబట్టి ఇప్పుడు వివాదాస్పదుడు కాదు. కొక్కొండ వెంకటరత్నం పంతులుని ఆనాడు సమర్ధించే వాళ్ళూ, వ్యతిరేకించే వాళ్ళూ ఉండొచ్చు. కానీ ఈ రోజు గ్రాంధిక భాషను అభిమానించే వాళ్ళు చాలామంది ఉన్నా అంతమందీ వాడేది మాత్రం వ్యావహారిక భాషే. ఇప్పుడు ఘర్షణ లేదు. గిడుగు రామ్మూర్తి చెప్పింది ఇప్పుడు అందరూ పాటిస్తున్నారు. ఇప్పుడు ఘర్షణ లేదు. గురజాడ పుట్టడానికి కొద్ది నెలల ముందే చిన్నయసూరి చనిపోయేడు. అతడు బతికున్నప్పుడే గ్రాంధిక-వ్యావహారిక వాదాల బీజం పడింది. గ్రాంధిక భాషావాద శిబిరానికి ఆయన నాయకుడు. అతడు ఆరోజు వివాదాస్పదం. ఇవాళ అతడి భాషావ్యాకరణాల మీద మనకి గౌరవమే కాని, నిత్యవ్యవహారంలో ఎవరూ అవి పట్టించుకోము. అతడు ఇప్పుడు వివాదాస్పదమైన వ్యక్తి కాదు.

"అయితే గురజాడ సాహిత్యంలో ఇప్పుడికీ సమాజంలో ఉన్న కొన్ని విలువల ఘర్షణను జ్ఞప్తికి తెచ్చే విషయాలు ఉన్నాయంటారు. అందుకే మధ్య మధ్య అతడి గురించి వివాదాలు వస్తున్నాయంటారు. మరికొంచెం వివరణ ఇవ్వండి" అన్నాడు మూర్తి.

❖❖❖

66

"గురజాడ వారి కన్యాశుల్కంలో ఉన్న బాల్యవివాహం, కన్యాశుల్కం, వితంతువివాహాల వ్యతిరేకతా లాంటి సాంఘిక సమస్యలు ఇప్పుడు లేవు. వ్యావహారిక భాషావాదం కూడా ఇప్పుడు అందరూ ఒప్పుకున్నదే. అలాంటప్పుడు ఇప్పటికీ సజీవంగా ఉన్న ఆయన సాహిత్యంలో ఉన్న విలువల

ఘర్షణ ఏమిటో నాకైతే అర్ధం కాలేదు” అన్నాడు మూర్తి.

“గురజాడ కన్యాశుల్కం నాటకం(రెండు కూర్పులూ) , అతడు సృష్టించిన ఇతర సాహిత్యం ఎంత గొప్పదో తెలియాలంటే, కన్యాశుల్కం మొదటి కూర్పు విశాలాంధ్ర వారు 1986 లో ముద్రించినప్పుడు దానికి చివర రాసిన సెట్టి ఈశ్వరరావు గారి సుదీర్ఘమైన 40 పేజీల(చాలా చిన్న అక్షరాలు) వ్యాసం చదివి తీరవలసిందే. అయితే ఒక గొప్ప సాహితీవేత్తను అతడి గొప్పదనం మాత్రమే ఎప్పటికీ సజీవంగా నిలబెట్టదు. సమాజంలో విలువల ఘర్షణ ఉండాలి. ఆ సాహితీవేత్త ఆ ఘర్షణలో ఏదో ఓ పక్క ఉండాలి. గురజాడ సాహిత్యం సంగతి ఇప్పుడు చూద్దాం”

“1943 లో అభ్యుదయ రచయితల సంఘం వాళ్ళ(అరసం) మొదటి సభ తెనాలిలో జరిగింది. అరసం అధికారికంగా కమ్యూనిస్ట్ పార్టీకి అనుబంధ సంస్థ కాకపోయినా వామ పక్ష సంఘం అని అందరకూ తెలుసు. తాపీ ధర్మారావు నాయుడు గారు అధ్యక్షుడు. హేతువాది. దేవాలయాల మీద బూతు బొమ్మల పుణ్యమా అని మహాప్రసిద్ధికెక్కిన వాడు. గురజాడ చనిపోయిన నాటికి తాపీ ధర్మారావు 28 ఏళ్ల వాడు. కందుకూరి, గురజాడలను కీర్తిస్తూ మొదటిసారిగా వాళ్ళను అరసానికి అనుబంధం చేసిందాసంస్థ”

“1944 లో విజయవాడలో అరసం రెండవ సభ జరిగింది. కందుకూరినీ, గురజాడనూ ప్రత్యేకంగా , చాసో మాటల్లో చెప్పాలంటే, మీద కెత్తుతూ తిరిగేరు. దానివల్ల అరసానికి చాలా ప్రచారం వచ్చింది. ఇప్పడి భాషలో చెప్పాలంటే వాళ్ళు అరసానికి brand ambassadors అయ్యేరు”

“అరసం క్రమేణా, కందుకూరిని కూడా గౌరవిస్తూనే, గురజాడకు మరికొంత హెచ్చు ప్రాధాన్యత ఇవ్వడం మొదలెట్టింది. గురజాడ సాహిత్యం తిరిగి వామపక్ష సాహితీ వేత్తలకు చర్చావిషయం అయింది”

“ఆధునిక సాహిత్యానికి యుగగర్తగా, సీనియర్ అయిన కందుకూరిని కాదని, తరవాత వాడయిన గురజాడను అభివర్ణించేరు. ఈ పరిణామాలు గురజాడను అతడు పోయిన 35 ఏళ్లకు కమ్యూనిస్టుని చేసేయి. ఇవాళ వరకూ కూడా అరసం వాళ్ళు క్రమం తప్పకుండా ప్రతీ ఏడూ గురజాడ జయంతి,

వర్ధంతి సభలు జరుపుతారు"

"కమ్యూనిస్ట్ పార్టీలు CPI, CPM ల కింద విడిపోయినా, గురజాడను రెండు పార్టీల సాహితీ వేత్తలూ కూడా స్వంతం చేసుకున్నారు. విరసం ఏర్పడిన తరువాత వాళ్ళు కూడా గురజాడను గౌరవిస్తున్నారు"

"సహజంగానే కమ్యూనిస్టు వ్యతిరేకులయిన చాలా మంది సాంప్రదాయ సాహితీ వేత్తలకు, గురజాడ మీద ప్రత్యేకమయిన కోపం లేనప్పటికీ, గురజాడను మానసికంగా వ్యతిరేకించవలసిన పరిస్థితులు ఏర్పడ్డాయి. ఆధునిక ఆంధ్ర సాహిత్యానికి యుగకర్తగా గురజాడకు పోటీగా రాయప్రోలు సుబ్బారావును కమ్యూనిస్టు వ్యతిరేకులు కొన్నాళ్లు ప్రతిపాదించేరు. ఆఖరిసారిగా 20 ఏళ్ల కిందట విశాఖలో ఒక సాహిత్య సభలో 'ఆధునిక ఆంధ్ర సాహిత్యానికి యుగకర్త గురజాడా రాయప్రోలా' అనే అంశం మీద జరిగిన చర్చకు నేను వెళ్ళేను. అప్పడికే అది సాహిత్య లోకంలో గురజాడకు అనుకూలంగా నిర్ణయింపబడిన అంశం. అయినా కమ్యూనిస్టు వ్యతిరేకులయిన ఆ సంస్థ అధ్యక్షుడూ, ఇతరులూ చాలామంది ఆ సభలో రాయప్రోలుకు అనుకూలంగా మాట్లాడేరు. నేను గురజాడకు అనుకూలంగా మాట్లాడడం అక్కడ హెచ్చుమందికి నచ్చలేదు"

"కమ్యూనిజం కొన్ని విలువల్ని ప్రతిపాదిస్తుంది. ఆ విలువలను వ్యతిరేకించేవాళ్ళు సమాజంలో చాలామంది ఉన్నారు. వాళ్ళ విలువలు వేరు. వాళ్ళిద్దరి విలువల మధ్య ఘర్షణ ఉంది"

"చెప్పొచ్చేదేమిటంటే గురజాడను కమ్యూనిస్టులు స్వంతం చేసుకోవడం వల్లా, కమ్యూనిస్టు వ్యతిరేకులు సాహితీలోకంలో చాలా మంది ఉండడం వల్లా ఘర్షణ ఏర్పడింది. గురజాడ సజీవంగా ఉండడానికి ఆ ఘర్షణ ఒక కారణం".

"అసలు గురుజాడను కమ్యూనిస్టులు ఎలా స్వంతం చేసుకోగలిగేరో చూద్దాం" అన్నాను.

❖❖❖

67

"గురజాడ అభ్యుదయ వాదా? కమ్యూనిష్టులు ప్రత్యేకంగా గురజాడను స్వంతం చేసుకోవడానికి కారణం ఏమిటి?" అని అడిగేడు మూర్తి.

"మీరు రెండు ప్రశ్నలు వేసేరు. ఒక్కొక్కటి చూద్దాం"

"గురజాడ అభ్యుదయ వాదా కాదా అన్నది ముందు చూద్దాం"

"అభ్యుదయం' అంటే అంటే మనం ఇచ్చే నిర్వచనం బట్టి ఒక వ్యక్తి అభ్యుదయవాది అవునో కాదో మనం చెప్పగలం"

గురజాడ కాలం నాటి కొన్ని ముఖ్యమైన సామాజిక సమస్యలు చూద్దాం : బాల్యవివాహం, వితంతు వివాహల వ్యతిరేకత, విద్యాలయాల్లో సాహిత్యేతర పుస్తకాల్లో వాడవలసిన భాష.

'అభ్యుదయం' అంటే మంచీ చెడూ తార్కికంగా ఆలోచించి సమాజంలో హెచ్చుమందికి మేలుకలిగించే ఆలోచనలు కలిగిఉండడం, అటువంటి ఉద్యమాలకు సహకరించడం. ఆచారాలు, ఎంత పాతవైనా, మతంలో భాగమైనా, మంచివి కాకపోతే వ్యతిరేకించడం".

"ఒక పని మంచా, చెడ్డా అనేది ఒక్కొక్కప్పుడు తెలుసుకోవడం కష్టం అవుతుంది. రాబోవు కాలంలో మొత్తం సమాజం ఒప్పుకునే ఆలోచనలు ఒక వ్యక్తి ఇప్పుడే కలిగి ఉంటే అది అభ్యుదయానికి సూచన. ఉదాహరణకు వితంతు వివాహాలు 'చెడు' అనే అభిప్రాయం ఆదిభట్ల నారాయణదాసు గారికి ఉండేది. ఆయన తన అభిప్రాయానికి అనుకూలంగా చాలా కారణాలు చెప్పేడు. కానీ రాబోయే తరాల వారు వితంతు వివాహాలకు అనుకూలంగానే ఉన్నారు. అలాగే భాష విషయంలో వ్యవహారిక భాష వాడితే హెచ్చుమందికి ప్రయోజనం. వేదం వెంకటరాయ శాస్త్రిగారి వంటి తార్కికంగా ఆలోచించే మనిషి కూడా గ్రాంథిక భాషే కావాలని చాలా కారణాలు చూపించేరు. కానీ రాబోవు కాలం వాళ్ళు వ్యావహారిక భాషను ఒప్పుకున్నారు. అంటే 'ముందుచూపు' ఉండడం 'అభ్యుదయం'లో అతి ప్రధానమైనది. ఇప్పుడు చెప్పుకున్న అర్థంలో గురజాడ నిస్సందేహంగా అభ్యుదయవాదే.

"ఇప్పుడు మీ రెండో ప్రశ్న .కమ్యూనిస్టులు గురజాడను స్వంతం చేసుకోవడానికి కారణాలు చూద్దాం.

కమ్యూనిస్టులు ఒక వ్యక్తిని బాగా మెచ్చాలంటే, ఇప్పుడు చెప్పిన అభ్యుదయ లక్షణాలే కాకుండా మరికొన్ని అదనపు లక్షణాలు ఉండాలి.

మొదటిది అతడు భౌతికవాది (materialist) అయి ఉండాలి. అంటే ఈ సృష్టి దేవుడి వల్ల జరిగింది అనుకోరాదు. మతం అతడి ప్రాపంచిక దృక్పథాన్ని నిర్ణయించకూడదు.

రెండవది అతడు సమసమాజాన్ని కోరుకోవాలి"

"వీరేశలింగంగారు అభ్యుదయ వాదే కాని తనను తాను భౌతిక వాదిగా ప్రకటించుకోలేదు. సమసమాజం గురించి కూడా అతడికి ప్రత్యేక అభిప్రాయాలు లేవు.

గురజాడ తనను తాను agnostic, materilast అని వర్ణించుకున్నాడు. తనకు మతపరమైన నమ్మకాలు లేవన్నాడు. అతడి సాహిత్యంలో ఈ విషయం తెలుస్తుంది. ప్రత్యేకంగా 31. 05. 1905 న ఒక ఆంగ్లేయుడికి ఉత్తరం రాస్తూ ఈ విషయం చెప్పుకున్నాడు".

నన్నయ 'గతకాలము మేలు వచ్చుకాలము కంటెన్' అంటే గురజాడ 'మంచి గతమున కొంచెమేనోయ్' అన్నాడు. 'మంచియన్నది మాల అయితే మాల నేనగుదున్' అన్నాడు.

"ఈ అధిక లక్షణాలు కమ్యూనిస్టులను తమ బ్రాండ్ అంబాసిడర్ గా గురజాడను ఎన్నుకోడానికి పనికొచ్చేయి"

"అయితే గురజాడ కమ్యూనిస్టు అంటారా" అని అడిగేడు మూర్తి.

❖❖❖

68

"గురజాడ కమ్యూనిస్టు అవునో కాదో విచారిద్దాం. 1848 లో మొదటి

సారిగా 'కమ్యూనిస్టు మేనిఫెస్టో' ని మార్క్స్ -ఎంగిల్స్ విడుదల చేసేరు.

"పదార్థం చైతన్యానికి మూలం అంటుంది భౌతికవాదం. చైతన్యం స్వతంత్రం అయినది, భావమే ప్రధానం అనే వాళ్ళు భావ వాదులు. మొత్తం తత్వశాస్త్రం అంతా ఈ రెండు వాదాల వివరణే".

"భౌతిక వాదంలో దేవుడి ప్రసక్తి ఉండదు. పదార్థం రూపాలు మారుతుంది తప్ప దాని ఉనికి సత్యం. మాయకాదు. శ్రమ చేసి వస్తువులు ఉత్పత్తి చేసేవాళ్లకు వాళ్ళ ఉత్పత్తి మాయ కాదు. శ్రమ చెయ్యకుండా పొందేవాడికి అవి మాయ. కమ్యూనిజం చెప్పే భౌతికవాదం వైజ్ఞానిక భౌతిక వాదం(scientific materialism) అని అంటారు. కమ్యూనిజం మానవుడు పుట్టిననాటి నుండి నేటివరకూ జరిగిన చరిత్రని భౌతిక వాద దృక్పథంతో పరిశీలిస్తుంది. రైతుకూలీలకూ-భూస్వాములకూ ఉండే సంబంధాలూ, అప్పటి వాళ్ళ చైతన్యం గురించి వివరిస్తుంది. పెట్టుబడిదారీవ్యవస్థలో కార్మికులకీ-పెట్టుబడిదారులకీ ఉండే సంబంధాలూ, వాళ్ళ చైతన్యం గురించి కూడా వివరిస్తుంది. శ్రమదోపిడీ ఎలా జరుగుతుందో వివరిస్తుంది. శ్రమ దోపిడీకి తావులేని సమ సమాజాన్ని కోరుకుంటుంది. పీడకులు శ్రమ దోపిడీద్వారా సంపాదించిన సంపదను 'రాజ్యం' అవసరమైతే బలప్రయోగం ద్వారా కాపాడుతూ ఉంటుంది. దోపిడీ వ్యవస్థ సమర్ధనకు కావలిసిన తాత్వికతను 'మతం' సమకూరుస్తుంది. దోపిడీ సమాజాన్ని కాపాడడానికి పురోహిత వర్గం దేవుణ్ణి వాడుకుంటుంది. పీడితులకు తప్పుడు చైతన్యాన్ని మధ్యతరగతి మేధావి వర్గం కలిగిస్తారు. శ్రామికులను సంఘటిత పరిచి హింసాయుత విప్లవం ద్వారా రాజ్యాన్ని పడదోసి , పీడకుల సంపదను జాతీయం చేసి, సోషలిస్టు సమాజం ఏర్పరిచి, కొన్నాళ్ళు శ్రామిక నియంతృత్వం కొనసాగితే అప్పుడు కమ్యూనిస్టు వ్యవస్థ ఏర్పడుతుంది. దోపిడిలేని సమసమాజం ఏర్పడుతుంది. అప్పుడు రాజ్యం తాలూకా అవసరమే ఉండదు. ఇది స్థూలంగా కమ్యూనిజం".

"గురజాడ కాలానికి కమ్యూనిస్ట్ మేనిఫెస్టో బాగా ప్రచారంలో ఉంది. అతడి దృష్టికి వచ్చి ఉండవచ్చు కూడా. కానీ ఎక్కడా ఆ ప్రస్తావన ఆయన తీసుకు రాలేదు".

" గురజాడ జీవితకాలంలో ఏ దేశం కూడా కమ్యూనిస్టు దేశం కాలేదు. భారత దేశంలో కూడా కమ్యూనిస్టు పార్టీ పుట్టలేదు. అప్పటికి భారతదేశంలో ఆ విధమైన చైతన్యం ఎక్కడా లేదు.నా ఉద్దేశంలో గురజాడ కమ్యూనిస్టు కాదు"

"అయితే కమ్యూనిస్టులు కాని వాళ్లలో కూడా భౌతికవాదులు ఉంటారా? అభ్యుదయ వాదులు ఉంటారా" అన్నాడు మూర్తి.

❖❖❖

69

"గురజాడ కమ్యూనిస్టు కాదన్నారు. భౌతిక వాది అన్నారు. అభ్యుదయవాది అన్నారు. కమ్యూనిస్టులు కాని వాళ్లలో కూడా భౌతిక వాదులుంటారా? అభ్యుదయలుంటారా ?మరి గురజాడ ఎలాంటి అభ్యుదయ వాది' " అని అడిగేడు మూర్తి.

"మీ ప్రశ్నలు చాలా ఉన్నాయి. గురజాడ ఎలాంటి అభ్యుదయవాది అన్నది ఆఖరున చెప్తా. ముందుగా మీ ప్రశ్న 'కమ్యూనిస్టులు కాని వాళ్లలో కూడా భౌతిక వాదులు ఉంటారా' అన్నది చూద్దాం" అన్నాను.

"ప్రతీ కమ్యూనిస్టు సైద్ధాంతికంగా 'భౌతికవాది' అయి ఉండాలి. ఉండి తీరాలి. కాని ప్రతీ భౌతికవాదీ కమ్యూనిస్టు అయ్యుండాలనే నియమం లేదు. ఒక వ్యక్తి కరుడుగట్టిన భౌతికవాదీ, కరుడుగట్టిన కమ్యూనిస్ట్ వ్యతిరేకీ (అంటే పెట్టుబడిదారీవ్యవస్థ మీద పూర్తి విశ్వాసం ఉన్నవాడు) కూడా అయ్యుండొచ్చు" అన్నాను.

"ఒక వ్యక్తి 'భౌతికవాదా' లేక 'భావవాదా' అనేది తేల్చాలంటే రెండు ప్రశ్నలకు మేథోపరమైన నిజాయితీతో కూడిన అతడి జవాబులు (intellectually honest answers) బట్టి తేల్చాలి.

మొదటి ప్రశ్న:

" 'ఈ జగత్తు పుట్టడానికి మొదటి కారణం ఏది' . స్వతస్సిద్ధంగా పూర్తి భౌతిక కారణాల వల్ల పుట్టిందా ? లేక 'దేవుడు'- 'బ్రహ్మం' వంటి శుద్ధ చైతన్యం

(pure consciousness), అంటే అభౌతిక కారణం, వల్ల పుట్టిందా'

రెండో ప్రశ్న :

"భూమి మీద వివిధ జీవ సమాజాలు (మానవ సమాజాలతో కలిపి) పరిణామం చెందడంలోనూ, వాటి నిత్య వ్యవహాల్లోనూ భౌతిక శక్తుల పాత్ర మాత్రమే ఉంటుందా ; లేక రూపం ఉన్న లేక రూపం లేని దేవుడు లాంటి అలౌకిక శక్తుల పాత్ర ఉంటుందా'?

ఇంతకు ముందే చెప్పినట్లు ఈ రెండు ప్రశ్నలకూ ఒక వ్యక్తి తాలూకా intellectually honest సమాధానాలు బట్టి అతడు భౌతిక వాది అవునో కాదో తేల్చాలి.

"ఇందులో మొదటి ప్రశ్నకి- అంటే 'జగత్తు పుట్టుకకు కారణం'- 'దేవుడు' అని సమాధానం చెప్పి; రెండో ప్రశ్నకు- అంటే జగత్తు పరిణామానికి- 'దేవుడి పాత్ర ఏమీ ఉండదు' అని సమాధానం చెప్తే అతడు భౌతికవాదా, భావవాదా" అని అడిగేడు మూర్తి.

ఇది ఊహించని, typical ప్లీడర్ మాత్రమే వేసే, ప్రశ్న.

❖❖❖

70

“భౌతికవాదం గురించి మాట్లాడుతున్నారు” అన్నాడు మూర్తి.

ఒక వ్యక్తి ‘దేవుడు లేడు’ అని చెపితే అతడు భౌతికవాదే. “సమస్యంతా దేవుడు ఉన్నాడు అన్న వాడితోనే వస్తుంది”

వీళ్ళలో broad గా నాలుగు రకాల వాళ్ళు ఉండొచ్చు. ఒక్కొక్క రకం చూద్దాం.

మొదటి రకం:

“దేవుడున్నాడు. కాని అతడికి జగత్తు సృష్టితో కానీ పరిణామంతో కానీ

సంబంధం లేదు.మనిషి నిత్య జీవన వ్యవహారాలతో సంబంధం లేదు''

ఇటువంటి వ్యక్తులను 'భౌతికవాది' అనే అనాలి. వాళ్ళు దేవుడికి ఏ పాత్రా ఇవ్వడం లేదు కాబట్టి, అన్ని వ్యవహారాలకీ భౌతిక కారణాలే అని వాళ్ళు సమాధానంగా భావించాలి".

రెండవ రకం:

"దేవుడు జగత్తును మొదట్లో సృష్టించేడు. కానీ కాలక్రమేణా జరిగిన పరిణామంతో కాని, నిత్య వ్యవహారాలతో కాని అతడికి సంబంధంలేదు"

సాంకేతికంగా వీళ్ళని 'భావవాదులు' అనాలి. అయినా వ్యవహారంలో(for all practical purposes) వీళ్ళను 'భౌతికవాదులు' అని మాత్రమే అనాలి.

మూడవ రకం :

"దేవుడు ఈ జగత్తును సృష్టించేడు. పరిణామంతో అతడికి సంబంధం ఉంది. అయితే జీవుల నిత్య వ్యవహారాలతో సంబంధం లేదు"

ఈ రకం వ్యక్తులను భావవాదులన్నా వీళ్ళ నిత్య ప్రవర్తన కూడా 'భౌతిక వాది' ప్రవర్తన లాగే ఉంటుంది. రెండవరకం వాడి కంటే ఒక్క డిగ్రీ తక్కువ 'వ్యవ హారిక భౌతికవాది'

నాలుగో రకం:

"దేవుడు ఈ జగత్తును సృష్టించేడు. పరిణామం, నిత్యవ్యవహారాలు అన్నీ అతడి ఆజ్ఞ ప్రకారమే జరుగుతాయి"

ఈ రకం వ్యక్తిని 'భావవాది' అనాలి. భౌతికవాది కాదు.

"అంటే నాలుగో రకం వ్యక్తి ఆరోగ్యం బాగులేనప్పుడూ, ఇంట్లో బియ్యం అయిపోయినపుడూ కూడా అన్నీ దేవుడే చూసుకుంటాడు అని దేవుడి మీద భారం వేసి మిగతా వాళ్ళలా ప్రవర్తించడా" అని అడిగేడు మూర్తి.

"మిగతా వాళ్ళలాగే ప్రవర్తిస్తాడు" అన్నాను

"మరయితే అతణ్ణి కూడా 'వ్యవహారిక భౌతికవాది' అని అనొచ్చా" అనడిగేడు.

అనకూడదన్నాను.

"ఎందుకనకూడదో, గురజాడ ఏ రకం భౌతిక వాదో రేపు చెప్పండి" అన్నాడు మూర్తి.

❖❖❖

71

"నాలుగోరకం వాడు కూడా మిగతావాళ్ళలాగే ప్రవర్తించినా వాణ్ణి 'వ్యవ హారిక భౌతికవాది' అని ఎందుకనకూడదో చెప్తానన్నారు" అన్నాడు మూర్తి.

"వాడు కూడా నిజానికి 'వ్యవహారిక భౌతికవాదే ". కానీ వాణ్ణి అలా అంటే వాడు ఒప్పుకోడు. దేవుడే వాడిచేత ఆ పన్లన్నీ చేయించేడంటాడు. ఇది శంకరాద్వైతం గురించి చెప్పే ఓ కథలో 'గజం మిథ్య ఫలాయనం మిథ్య' అన్న వాదం లాంటిది. వాళ్ళతో వాదించకూడదు. 'భావవాది' అని అతణ్ణి అనేస్తే పోయింది. అయితే నిజానికి బతుక్కి అవసరమైన పనులు చెయ్యడం విషయంలో మనుషులందరూ 'వ్యవహారిక భౌతికవాదులే" అన్నాను.

"మీరు రెండు గ్రూపుల వాళ్ళ గురించి చెప్పేరు. 'దేవుడు లేడు' అనేవాళ్ళు ఒక గ్రూపు. వాళ్లంతా భౌతిక వాదులు. 'దేవుడు ఉన్నాడు' అని చెప్పేవాళ్ళు రెండో గ్రూపు. అందులో నాలుగు రకాల వాళ్ళని చెప్పేరు"

"మరి గురజాడ ఇప్పుడు మీరు చెప్పిన ఏ గ్రూపులో , ఏ రకమయిన మనుషుల కోవలోకి వస్తాడు" అని అడిగేడు మూర్తి.

"ఎందులోకీ రాడు" అన్నాను.

కొంచెం ఆశ్చర్యంగా చూసేడు మూర్తి.

"గురజాడ 'దేవుడు లేడు' అని చెప్పలేదు. కాబట్టి ఆ రకం భౌతికవాది

కాదు. దేవుడు ఉన్నాడనీ చెప్పలేదు. కాబట్టి అందులో నాలుగు రకాల వాళ్ళలోకీ రాడు".

"అతడు ఒక ఇంగ్లీష్ మిత్రునికి 31-05-1905 న రాసిన లేఖలో agnostic గా చెప్పుకున్నాడనీ ఇంతకుముందు చెప్పేను.

"Agnostic అన్నపదం 1870 లో మాత్రమే వాడుకలోకి వచ్చింది. దానికి అర్థం 'అజ్ఞేయవాది' అని చెప్పుకోవాలి. తెలుసుకోవడం అసాధ్యం అని. దేవుడు ఉన్నాడనీ నిరూపించడం అసాధ్యం. లేడనీ నిరూపించడం అసాధ్యం".

"ఇదీ దేవుడి విషయంలో గురజాడ public posture అని గుర్తుంచు కోవాలి" అన్నాను.

"Public posture అంటున్నారు. అంటే గురజాడ వ్యక్తిగత అభిప్రాయం వేరంటారా?" అని అడిగేడు మూర్తి.

"నా ఉద్దేశంలో గురజాడ దేవుడు లేడనే నమ్ముతాడు. అయితే ఆనాటి సామాజిక పరిస్థితుల్లో 'నాస్తికుడు'(atheist) అన్న పదమే ఓ తిట్టు. నాస్తికుడంటే ఒక శీలంలేని మనిషిగా భావించే రోజులు. ముఖ్యంగా బ్రాహ్మణకులలో పుట్టిన వాడైతే మరీను. తనకు అక్కరలేని ఒక controversy ని మొయ్యడం ఇష్టం లేదు అతనికి. ఇంతకీ మెజారిటీ అభిప్రాయం 'దేవుడున్నాడు' అని అయినప్పుడు ఎవరైతే 'దేవుడు లేడు' అని అంటాడో వాడిదే 'దేవుడు లేడు' అని నిరూపించవలసిన బాధ్యత"

"నిరూపించడం అసాధ్యం' అన్నప్పుడు తనను దేవుడు లేడని నిరూపించమని ఎవరూ అడగరు. తాను దేవుడు ఉన్నాడని ఒప్పుకో అక్కరలేదు. తనను నాస్తికుడని ఎవరూ నిందించరు. అందుకూ ఆ పదం వాడేడు. గురజాడ గొప్ప తెలివైనవాడు"

"అయితే అదే లేఖలో agnostic, materialist, not religious అని చెప్పుకున్నాడు. అంటే 'భౌతికవాది, మతం పట్టింపు లేని వాడు' కూడా"

"కందుకూరి, చిలకమర్తి కూడా కమ్యూనిస్టులు నచ్చుకునే అభ్యుదయ వాదులే. కాని వాళ్లిద్దరూ తాము భౌతికవాదులమని చెప్పుకోలేదు. అంచేత

వాళ్ళని కూడా గౌరవిస్తూనే, గురజాడను వాళ్ళకంటే పైస్థానంలో అట్టేపెట్టేరు అరసం లాంటి సాహిత్య సంస్థలు"

❖❖❖

72

"భౌతికవాదులు కాని వాళ్లలో కూడా అభ్యుదయ వాదులు ఉంటారా" అన్నాడు మూర్తి.

"ఆ ఉంటారు. భౌతికవాదానికీ అభ్యుదయానికీ ప్రత్యక్ష సంబంధం లేదు. గురజాడ కాలంలో మనకి వీరేశలింగం గారే ఉదాహరణ. ఆయన భౌతిక వాది కాదు".

"పూర్వకాలంలో రామానుజాచార్యులు మరో ఉదాహరణ. విష్ణుభక్తే కాదు, ప్రపత్తి కావాలనే వాడు. నాడు కులవివక్షకు వ్యతిరేకంగా పోరాడినవాడు".

"వివేకానందుడు భౌతిక వాది కాదు. చాలా అభ్యుదయ భావాలు కలిగిన వాడు"

"అభ్యుదయభావాలు అంటే సమాజాభివృద్ధికి అడ్డుపడే కొన్ని పాతకాలపు ఆచారాలకు (భావాలకు) వ్యతిరేకంగా పురోభివృద్ధికి తోటుపడే కొన్ని నూతన భావాలు కలిగి ఉండడం".

" ఆచారాలు మంచివైనా, చెడ్డవైనా ఒక సమాజపు కొన్ని భౌతిక పరిస్థితుల్లో పుడతాయి. ఆ భౌతికపరిస్థితులు మారితే ఆ ఆచారాలు మారిపోతాయి. సమాజం కొన్ని వర్గాలుగా చీలిపోయినప్పుడు, కొన్ని వర్గాల భౌతికపరిస్థితులు మారిపోయి, కొన్ని వర్గాలవి మారకపోవచ్చు. అప్పుడు కొన్ని వర్గాలలో చెడ్డ ఆచారాలు కొనసాగుతూ, మరికొన్ని వర్గాల్లో అంతరించి పోవచ్చు".

"ఉదాహరణకు కన్యాశుల్కం ఆచారాన్నే తీసుకుందాం. మగవాడు 'ధనం' ఆర్జించగలిగితే ప్రయోజకుడు. ప్రయోజకుడు కాకపోతే ఎవరూ పిల్లని ఇవ్వరు. బాగా ధనం ఇస్తే ప్రయోజకుడు కాకపోయినా ఇస్తారు. దురాశ ఉంటే, బాగా

డబ్బిస్తే ముసిలాడికేనా ఇస్తారు".

"ఏం మగవాళ్లకే పెళ్లి అవసరమా, ఆడవాళ్లకు అవసరం లేదా" అన్నాడు మూర్తి.

"ఇద్దరికీ అవసరమే కాని మగాళ్లకే హెచ్చు అవసరం. మగవాళ్ళకీ, అడవాళ్ళకీ ఉండే శారీరక నిర్మాణంలోనే ఆ తేడా ఉంది" అన్నాను.

"ఒకనాడు కన్యాశుల్కం అన్ని కులాల్లోనూ ఉండేది. మాతృస్వామ్య వ్యవస్థనుండి పితృస్వామ్య వ్యవస్థకు మారిన తరవాత ఒక్కొక్క కులంలోనూ వాళ్ళ వాళ్ళ మగవాళ్ల 'ప్రయోజకత్వం' బట్టి కన్యాశుల్కం ఆచారం పోయి వరకట్నం ఆచారంగా మార్పు చెందింది".

"బ్రాహ్మణుల్లో నియోగుల్లో మొదట కన్యాశుల్కం పోయింది. లౌకిక చదువులూ, ఉద్యోగాలూ వాళ్ళవే. సహజంగా వాళ్ళలోనే దురాచారాలు తగ్గడం, సంస్కరణలు మొదలవడం జరిగింది. వాళ్ళలోనే అభ్యుదయ భావాలు కలిగిన వాళ్ళు వచ్చేరు. నియోగులైన గురజాడ, కందుకూరి సంస్కరణ వాదులు అవడం సులువు. వైదికులైన వేదం వెంకటరాయ శాస్త్రి, పేరి కాశినాథశాస్త్రి అవడం కష్టం".

"చెప్పబోయేదేమిటంటే అభ్యుదయ వాదులు కావడానికి భౌతికవాదం అవసరం లేదు. భౌతిక పరిస్థితులు సహకరించాలి" అన్నాను.

❖❖❖

73

"మరికొన్ని సందేహాలున్నాయి. అడగమంటారా" అన్నాడు మూర్తి.

"అడగండి. ఇవాళతో అన్నీ పూర్తి అయిపోవాలి. సమాధానాలు వివరించను. సూటిగా సంగ్రహంగా చెప్తాను. ఇహ మనం ఈ విషయమై చర్చించం " అన్నాను.

"కన్యాశుల్కంలో రసం ఏమిటి ? హాస్యం అని గురజాడ అన్నాడు. అ. సో.

నరసింహం గారూ, శ్రీశ్రీ గారూ బీభత్సం అన్నారు. ఇప్పటి విమర్శకులు చాలామంది బీభత్సం అంటున్నారు. మీ అభిప్రాయం ఏమిటి”?

“గురజాడకి రసం గురించి తెలుసు. ఆయన చెప్పిందే నిజం. నేను బీభత్సం అని అంగీకరించను”

“మధురవాణి పాత్ర గురించి మీ అభిప్రాయం ఏమిటి? “

“మొదటి కన్యాశుల్కం కూర్పు ప్రతి తన దగ్గర ఒక్కటీలేకపోతే, జ్ఞాపకం మీద మళ్ళీరాద్దామని మొదలెట్టి, కొన్నిమార్పులు చేద్దామని తలపెట్టి, తనవశం తప్పి, చివరకు ప్రదర్శనకు వీలుకానంత పెద్దదైన కొత్తనాటకం అయింది. కాని, చదువుకుందికి అత్యద్భుతమైన నాటకం రెండోకూర్పు. గిరీశం గురజాడ వశం తప్పేడు. అంతగా ప్రాధాన్యత లేని మధురవాణికి కొంత ప్రాధాన్యత ఇవ్వదలిచి, మహాలక్ష్మిని ఆవిడలో కలిపీసి , కొంత హాస్యం ఆవిడతో రాబడదామన్న గురజాడకు, ఆవిడపాత్ర చెక్కుతున్నగొద్దీ మోజు పెరిగిపోయింది. చివరకు, ఆవిడ లేకపోతే కళింగ దేశం చిన్నపుచ్చుకునేటంత, ఓ గొప్ప వేశ్యశిఖామణి పుట్టింది. Hats off”.

“కన్యాశుల్కం నాటకం రెండోకూర్పులో సౌజన్యారావు మారువేషంలో ఉన్న మధురవాణితో మాట్లాడుతూ ‘బలవానింద్రియగ్రామో విద్వాంసమపి కర్షతి’ అని చెప్పి అది భగవద్గీతలోది అంటాడు. నిజానికి అది మనుస్మృతిలోది. దీన్నిబట్టి గురజాడకి కొన్ని గిరీశం లక్షణాలు ఉన్నాయంటారా?” అన్నాడు మూర్తి.

“కాదు. గురజాడ వ్యతిరేకులు పనికట్టుకుని చేసే ఆరోపణ ఇదొకటి. ఆయనను ఆయన గీతలో కాని, మనుస్మృతిలో కాని అథారిటీ అని చెప్పుకోలేదు. ఒక్కొక్కప్పుడు ఒక పొరబాటు అభిప్రాయంలో ఉండి తిరిగి సరిచూసుకోకుండా దాన్ని ప్రకటించవచ్చు. ప్రమాదో ధీమాతా మపి అని సూక్తి. ప్రమాదాలు బుద్ధి మంతులకైనా వస్తాయి. దాన్ని భూతద్దంలో పెట్టి చూడక్కరలేదు”

❖❖❖

74

“గురజాడ మీద , కన్యాశుల్కం నాటకం మీద, మీ అభిప్రాయం ఏమిటి?”

అని అడిగేడు మూర్తి.

“ గురజాడ, వీరేశలింగం గురించి నిజంగా మహానుభావుడు అన్నాడు. నేనూ గురజాడ గురించి అదే అంటున్నాను. కన్యాశుల్కం లాంటి నాటకం ‘దేవుడే’ రాయగలడు అన్నారు రావిశాస్త్రిగారొకసారి. అది నిజం”

“కన్యాశుల్కం నాటక రచనకు మీ నందిపల్లిలో గురజాడకు జరిగిన అవమానం ఎంతవరకూ దోహదపడింది అనుకుంటున్నారు”

“కొన్ని రచనలు రచయితలు చేద్దామనుకుంటూ కూడా బద్ధకిస్తారు. గురజాడకు కన్యాశుల్క నాటక రచనా దృష్టి అప్పుడికే ఉండుండొచ్చు. కాని అతడికి ప్రధాన శత్రువులైన, అంటే అతణ్ణి అవమాన పరిచే, వైదిక సంస్కృతి మూర్తీభవించిన వాళ్ళూ – సంస్కృత భాషాభిమానులూ ఉన్న నందిపిల్లిలో పేకాటలో జరిగిన అవమానం గురజాడను నాటక రచనకు వెంటనే పూనుకునేలా చేసింది. ఆ సంఘటనే లేకపోతే ఆయన బద్ధకించునేమో కూడా. అసలు ఆ నాటక ఇతివృత్తానికీ గ్రాంథిక-వ్యవహారభాషా వివాదానికీ సంబంధం లేదు. పక్కా వ్యవహార భాషలో ఆ నాటకం రాయడానికీ, తన జీవితాంతం వ్యవహారభాషోద్యమం లో మునిగి తేలడానికీ బీజం నందిపిల్లిలో సంస్కృత భాషాపండితులు అతడికి చేసిన అవమానమే అనడంలో ఎంతమాత్రం సందేహం లేదు. అసలు కన్యాశుల్కం నాటకం ఇంత రసరమ్యంగా కుదరడానికి ఆ అవమానం ఘటన immediate provocation అని చెప్పుకోవాలి. కన్యాశుల్కం నాటకం, గురజాడ వారూ జ్ఞాపకం ఉన్నంతకాలం నందిపిల్లి జ్ఞాపకం ఉండాలని నా కోరిక.

అనుబంధం

కన్యాశుల్కంలో పేకాట

నాటకంలో పేకాట సీను గురించిన ఉపోద్ఘాతం, మరో
నాలుగు భాగాల్లో పేకాట వివరణ

అనుబంధం

కన్యాశుల్కం గురించి రాసిన 74 పేరాలకు అనుబంధం. ఆ నాటకంలో పేకాట గురించి వివరణ.

అయితే ఇవి ఎందుకు పెట్టడం అన్న విషయంమీద కొంత చెప్పాలి.

కన్యాశుల్కం ఇంగ్లీష్ అనువాదం ఒకటి అమెరికాలో ఉన్న వెలిచేరు నారాయణరావు గారు చేసేరు. 'Girls for sale' అనే పేరు పెట్టేరు (ఈ పేరు పెట్టడం అంటే గురజాడే చేసిన 'bride price' అనే అనువాదానికి ద్రోహం చెయ్యడం). పెంగ్విన్ సంస్థ పబ్లిష్ చేసింది. ఇంగ్లీష్ అనువాదం నాకైతే ఏమీ నచ్చలేదు. అందులో Appendix లో పేకాట వివరణ ఇచ్చేరు. కాని నారాయణరావు గారికి ఈ పేకాట తెలీదని, మరొకరు చెప్పగా పెట్టేనని అందులో రాసేరు. అయితే నాకేమిటర్థం అయిందంటే ఆ రెండో ఆయనకు కూడా ఈ ఆట తెలీదని.

పెన్విన్ ఇంటర్నేషనల్ సంస్థ. Wide circulation ఆ పుస్తకానికి ఉంటుంది. చదువరులలో ఆ తప్పు అలాగే ఉండిపోకూడదు. అందుకూ నేను 4 భాగాల్లో ఆ ఆట గురించి వివరంగా రాసేను. నాకు ఈ ఆట బాగా వచ్చు. ఇదే గురజాడ ఆడే ఆట. నాటకంలో ఆడించిన ఆట.

Pengwin ఎడిషన్ చదివీ, నేను రాసింది కూడా చదివిన వాళ్లకు, కనీసం అది తప్పు అని తెలుస్తుందని ఆశ.

గురజాడ 'కన్యాశుల్కం' నాటకం రాయడం మొదలుపెట్టాడానికీ అతడికి నందిపిల్లిలో 'పేకాట' ఆడినప్పుడు జరిగిన అవమానానికీ ఉన్న సంబంధం

మొదట్లోనే చెప్పుకున్నాం. మరి ఆ ఆట గురించీ, ఆనాడు కళింగాంధ్ర అగ్రహారాల్లో దానికుండే 'గౌరవం' గురించీ కూడా చెప్పుకోవాలి.

కన్యాశుల్కం మొదటి కూర్పు అచ్చులో 79 పేజీలు అయితే అదే అచ్చులో రెండో కూర్పు 202 పేజీలు. నాటకంలో విషయం ఏమీ మార్పులేదు. అతడు బతికున్నప్పుడు నాటక ప్రదర్శనలన్నీ మొదటి కూర్పువే. అతనికి బతికుండగా పేరు తీసుకొచ్చింది మొదటి కూర్పే. అయితే రెండో కూర్పులో ఆయన చెప్పదలుచుకున్నవన్నీ చెప్పేసేడు. రెండో కూర్పు గురించి కొన్ని ఉత్తరాలు ఒంగోలు మునిసుబ్రహ్మణ్యం గారికి ఆయన రాసేడు. అందులో 10-05-1909 న రాసిన ఉత్తరంలో చాలా విశేషాలున్నాయి. ఓ రెండు వాక్యాలు చూద్దాం:

" Everything in the play is so natural and realistic ; and the humour is sure to burst ones lungs by its unceasing attacks. There is no part of the play that does not, in some degree, advance the plot, main or subordinate;..."

ఆయన అలా అన్నాడు కాని పంచమాంకము రెండో స్థలం-రామప్పంతులు ఇంట్లో కొట్టు గది—అందులో పేకాట సీను main plot ని కాని, subordinate plot ని కాని ఎంతమాత్రం advance చెయ్యదు. 7 పేజీలు ఒక అతికిన ముక్క. అయితే మరెందుకు పేకాట సీను పెట్టేడాయన !

ఆనాటి బ్రాహ్మణ అగ్రహారాల సామాజిక వాతావరణంలో గురజాడ చెప్పిన ఆట ఒక అభిన్న అంగం. అగ్రహరపు image ఆ ఆట లేకుండా ఉహించుకోలేం. అప్పడికి రమ్మీ లేదు. కంపీ(మూడు ముక్కలాట) ఉందో లేదో ఇప్పుడు చెప్పలేం కాని, నాకు తెలిసి 1956 నాటికి దాన్ని 'పెద్ద మనుషుల' ఆటగా భావించేవారు కాదు. నాటకంలో చెప్పిన ఆటమాత్రం అగ్రహారపు అరుగుల మీద ఎవ్వరైనా ఆడుకోవచ్చు. దగ్గరుండి పిల్లలకు పెద్దలు నేర్పేవారు. ప్రావీణ్యత సంపాదించేలోపు పిల్లలు పెద్దవాళ్ళ చేత ఎన్ని చీవాట్లు తినవలసి వస్తుందో ! నేను 1959 లో పదో ఏట నేర్చుకున్నాను. కనీసం ఓ రెండేళ్లు చీవాట్లు తిన్నాను. మాతామహులూ పెట్టేరు, నాన్నగారూ పెట్టేరు. అయితే ఆట బాగానే వచ్చింది. భార్యకీ, పిల్లలందరికీ, కొడళ్ళకీ,అల్లుళ్ళకీ, ఏడుగురిలో ఆరుగురి మనవలకీ

మప్పేను. ఆఖరి మనవరాలికి ఓ రెండేళ్లు పోయిన తరవాత మప్పాలి.

గురజాడకు ఆ ఆట మహా సరదా. అందుకూ నాటకం రెండో కూర్పులో దాన్ని ప్రవేశ పెట్టేడు. ఆట తెలీక పోతే ఆ ఏడు పేజీలు చదవడానికీ, ప్రదర్శనలో అయితే చూడ్డానికీ మహా విసుగ్గా ఉంటుంది.

కన్యాశుల్కం నాటకం మీద బాగా కృషి చేసిన ప్రముఖ విమర్శకులు చాలామంది ఆట రాక ఈ సీన్ తో ఇబ్బంది పడ్డారు. ఇప్పుడు ఈ ఆట చాలా కొద్దిమందికి వచ్చు. పేకాట సీన్ ఆనందించాలంటే ఈ ఆట వచ్చి తీరాలి.

కన్యాశుల్కం నాటకాభిమానులను దృష్టిలో పెట్టుకుని, ఆ ఆటని 4 భాగాల్లో వివరిస్తాను. నాలుగూ ఒకేసారి చదివితే కొంత ఐడియా వస్తుంది.

ఆట ఇప్పటికే రాని వాళ్ళకి ఈ భాగాలు కొంచెం క్లిష్టంగా ఉంటాయి. చాలా జాగ్రత్తగా చదవాలి.

పేకాట - 1

ఈ ఆట పేరు 'ఎత్తురపు'. 'ఎత్తడం', 'బేస్తులాట', 'కుదేలు-బేస్తులు' అని కూడా అంటారు. ఇప్పటి విశాఖపట్నం, విజయనగరం, శ్రీకాకుళం, రాయగడ, జయపురం జిల్లాల ప్రాంతాలలో ఆనాడు ఆడే పద్ధతి ఒకటే.

నలుగురు లేక ఐదుగురు లేక ఆరుగురు లేక ఏడుగురు ఈ ఆట ఆడొచ్చు. ఐదుగురు కాని, ఆరుగురు కాని ఆడితే బాగుంటుంది. గురజాడ వారు ఎంచేతో నలుగురిచేతే ఆడించేరు.

పేకలో 52 ముక్కలుంటాయి. నాలుగు రంగులు (ఇస్పేటు-spade, కళావర్-clubs, డైమాన్-diamond, ఆఠీను-hearts) . తెలుగు పేర్లే ప్రసిద్ధం. రంగుకి 13 ముక్కలుంటాయి. ఆసు,రాజు,రాణి,జాకి, పది, తొమ్మిది..ఇలా రెండు వరకూ(తగ్గించుకుంటూ). రమ్మీలో ఆసు అన్నింటికంటే పెద్దది గానూ, రెండు కంటే చిన్నది గానూ కూడా భావిస్తారు కాని ఎత్తురపు ఆటలో మాత్రం ఆసు పెద్దది, రెండు చిన్నది.

ఈ ఆట నలుగురే ఆడితే రెళ్ళు,మూళ్లు,నాలుగులు, ఐదులు—మొత్తం 16 ముక్కలు పేకలోంచి తీసివేసి 36 ముక్కలతో ఆడాలి . ఎనిమిదేసి ముక్కలు పంచి, నాలుగు ముక్కలు కిందన దించుతారు.

ఐదుగురు ఆడితే రెళ్లు,మూళ్లు మొత్తం 8 ముక్కలు పేకలోంచి తీసేసి 44 ముక్కలతో ఆడాలి. ఎనిమిదేసి పంచి, నాలుగు ముక్కలు దించాలి.

ఆరుగురు ఆడితే మొత్తం 52 ముక్కలతో ఆడాలి. ఎనిమిదేసి పంచి, నాలుగు దించాలి.

ఏడుగురితో ఆడితే ఒక జోకర్ కూడా పెట్టి(జోకర్ రెండుకంటే చిన్నది) ఏడేసి ముక్కలు పంచుతారు. నాలుగు దించుతారు. మొత్తం 53 ముక్కలు.

(ఏడుగురు కంటే హెచ్చుమంది ఆడకూడదు)

కింద దించిన ముక్కల్ని 'దింపుళ్ళు' అంటారు. బోర్లించి తెలియకుండా ఉంచుతారు. ఆట ఎత్తుకునే వాడు వాటిని తీసుకుంటాడు.

4 గురు, 5 గురు, 6 గురు ఆడినప్పుడు ఆట ఎత్తుకున్నవాడికి 5 పట్లు (triks) రావాలి. 7 గురు ఆడితే 4 పట్లు రావాలి.

ఎవరు పంచాలో తేల్చుకోడానికి ముక్కలు కలిపి ఒక్కొక్కళు ఒకొక్క ముక్క కోసి, ఎవరిది చిన్న ముక్క అయితే వాళ్ళు పంచుతారు. కూర్చునే వరుస కూడా ఆ ముక్కలతోనే నిర్ణయిస్తారు. పెద్దముక్క వచ్చిన వాడు తన సీటు నిర్ణయించు కుంటాడు. మిగతావాళ్ళు కుడినుండి వరసలో కూచుంటారు.

పంచిన వాడి కుడిపక్క వాడిది చేతివరస.

ఆట ఎత్తుకున్న వాడిని ఓడించడానికి మిగతా అందరూ కలుస్తారు. వాళ్లంతా ఒక team.

ఇందులో మూడు రకాల 'ఎత్తులు' ఉంటాయి. చేతివరస వాడికి మొదటి అవకాశం.

ఒకటో ఎత్తంటే కింద దింపుళ్ళు సహాయం లేకుండా చేతులో ఉన్న ముక్కలతోనే ఆట చెయ్యడానికి ఒక వ్యక్తి సిద్ధపడడం. దీన్నే 'చేతి తురఫు' చెప్పడం అంటారు. ఉదాహరణకి 4 గురు ఆడుతున్నారు అనుకుందాం. పంచిన వాడి పక్కవాడు తన చేతిలో ఉన్న ముక్కలతోనే 5 పట్లు చెయ్యగలననే ధీమాతో ఉన్నాడనుకుందాం. వెంటనే అతడు 'చేతి తురఫు' చెప్పేస్తాడు. అలా ధీమా లేకపోతే 'ఒకటి' అంటాడు. అంటే ఒకటో ఎత్తు తాను ఎత్తడం లేదు అని చెప్పడం అన్నమాట. నాటకంలో ఆడుతున్న నలుగురూ కూడా ఒకటో ఎత్తు ఎత్తుకోలేదు. అందరూ 'ఒకటి' అన్నారు.

ఎత్తులలో మిగిలిన రకాలు ఏమిటీ, పట్లు అంటే ఏమిటీ, తురఫు అంటే ఏమిటీ—ఇలాంటి వివరాలు చూద్దాం.

❖❖❖

పేకాట - 2

ఒకటో ఎత్తు ఎవరూ ఎత్తుకుపోతే మళ్లీ చేతివరస వాడికి రెండో ఎత్తు ఎత్తుకునే అవకాశం వస్తుంది. రెండో ఎత్తు అంటే చేతిలో ఉన్న నాలుగు ముక్కలు ముందే కిందపడేసి, మొదట పంచినప్పుడు కిందకు దించిన నాలుగు ముక్కలు ఎత్తుకుని, 5 పట్లు తెచ్చుకోవాలి.

రెండో ఎత్తు చేతివరస వాడు ఎత్తకపోతే 'రెండు' అంటాడు. అంటే రెండో ఎత్తు ఎత్తుకోవడం లేదు అని చెప్పడం అన్న మాట. అప్పుడు పక్క వాడికి అవకాశం వస్తుంది. వాడికీ ఎత్తుకోవడం ఇష్టం లేకపోతే 'రెండు' అంటాడు. ఇలా అందరూ 'రెండు' అనేస్తే మళ్లీ చేతివరస వాడికి మూడో ఎత్తు అవకాశం వస్తుంది.

మూడో ఎత్తు అంటే చేతిలో అన్ని ముక్కలూ అలాగే ఉంచుకుని కింద నాలుగు ముక్కలు ఎత్తుకుని, అప్పుడు ఏవో నాలుగు ముక్కలు దించేయాలి. ఎవరూ అవకాశం వినియోగించుకోకపోతే , అందరూ 'మూడు' అనేస్తే, ఆట కలిపేస్తారు. ఇంతకుముందు పంచినవాడి పక్కవాడు ఈసారి పంచుతాడు.

ఒకటో ఎత్తును 'చేత్తురఫు' (చేతి తురఫు), రెండో ఎత్తును 'నరుకు' (నరకడం), మూడో ఎత్తును 'పెద్దెత్తు' (పెద్ద ఎత్తు) అంటారు.

ఒకటో ఎత్తు, రెండో ఎత్తుల డబ్బుల లెక్క వేరు. మూడో ఎత్తు డబ్బుల లెక్క వేరు. ఈ లెక్క తరవాత చూద్దాం.

నలుగురు(లేక 5 గురు లేక 6 గురు) అడుతున్నప్పుడు ఎత్తుకునే వాడికి 5 పట్లు వస్తే ఆట గెలిచినట్లు అన్నమాట. ఆటకు ఒక్కొక్క వ్యక్తికి 10 రూపాయలు పెట్టుకున్నారు అనుకోండి. గెలిచిన వాడికి మిగతా వాళ్ళు పదేసి రూపాయలు ఇస్తారు.

ఆట ఎత్తుకున్న వాడికి అయిదు పట్లూ రాకుండా నాలుగు పట్లు వచ్చేయ నుకోండి. అప్పుడు 'బేస్తు' అంటారు. అంటే వెంటనే ఎవరికీ డబ్బివ్వక్కరలేదు. మళ్ళీసారి అతడే ఎత్తుకుని ఆటగెలిస్తే 'బేస్తు' ఇవ్వక్కరలేదు సరికదా, ఇతరు

లనుండి 'ఆటలు' వసూలు చేసుకోవచ్చు.

ఒకటో ఎత్తు అయితే , మొదటి పట్టుచూసుకుని, నాలుగు పట్లు కూడా రావు అని సందేహం వస్తే 'బేస్తు'కి పారీవచ్చు. దాన్ని 'బేస్తు నిలపెట్టడం' అంటారు. రెండో ఎత్తైతే , కింద దింపుళ్ళు ఎత్తుకుని, అనుకున్నట్టు ముక్కలు కలవకపోతే, ఆట ఆడకుండా, 'బేస్తు' నిలపెట్టొచ్చు. మూడో ఎత్తైతే , ముక్కలు కలియకపోతే, అసలు 'బేస్తు నిలపెట్టడం' అన్నది ఉందా లేదా అన్న విషయంపై ఒక అంగీకారానికి రావాలి. నిలపెట్టడం లేకపోతే ఆట ఆడాలి. ఆడి నాలుగు పట్లు తెచ్చుకుంటే 'బేస్తు' అయినట్టన్నమాట.

ఎవరైనా ఆట ఆడి అయిదు పట్లు రావలిసిన చోట నాలుగు పట్లు కూడా రాకపోతే 'కుదేలు' అంటారు. అందులో మూడు పట్లు వస్తే 'కుదేలు', ఇంకా తక్కువ పట్లు వస్తే 'పచ్చి కుదేలు' అంటారు. కుదేలుకీ పచ్చికుదేలుకీ డబ్బుల్లో తేడా లేదు. అవమానంలో మాత్రమే.

కుదేలయితే ఆట ఎత్తుకున్నవాడు అందరికీ పదేసి రూపాయలు ఇస్తాడు. ఇది కాక మరో పది రూపాయలు మళ్లీ ఆటలో కాని, ఆ తరవాత ఆటలో కాని 'రెండు ఆసులు' చేతివరసలో ముందు ఎవరికి పడి చూపిస్తారో వాళ్ళకి ఇస్తాడు. దీన్ని 'దోహాసులు' లేక 'దోసులు' (దో + ఆసులు) అంటారు.

తురఫు అంటే ఏమిటీ, పట్లు ఎలా వస్తాయి, బేస్తుల డబ్బు లెక్క ఎలాగో చూద్దాం.

❖❖❖

పేకాట - 3

ముందు తురఫు అంటే ఏమిటో చూద్దాం.

ఆరుగురు ఆడుతున్నారు అనుకుందాం. మొత్తం పేకంతా ఉండాలి. ఒక్కొక్కళికి ఎనిమిదేసి ముక్కలూ, కింద నాలుగు దింపుళ్లూ.

పంచిన పక్కవాడు, చేతివరస వాడు, మూడో ఎత్తు ఎత్తేడనుకుందాం. ఏదో ఒక రంగు 'తురఫు' చెప్పాలి. సాధారణంగా ఏ రంగు ముక్కలు హెచ్చున్నాయో

ఆ రంగు తురఫు చెప్తాడు. తురఫు ముక్కకి తురఫుకాని రంగు పెద్దముక్క కంటే కూడా ఆధిక్యత ఉంటుంది.

ఆరుగురు అడుతున్నప్పుడు మొత్తం అందరి దగ్గరా కలిపి 13 తురఫు రంగు ముక్కలు ఉంటాయి.

ఇప్పుడు పట్లు ఎలా అవుతాయో చూద్దాం.

మన ఉదాహరణలో, ఆట ఎత్తుకున్నవాడు చేతివరస వాడే . కాబట్టి వాడే ఆట మొదలెడతాడు(చేతివరస వాడు కాకుండా ఇంకెవడైనా ఆటెత్తుకుంటే, చేతి వరసవాడే ఆట మొదలెడతాడు). చేతివరస వాడు ఆటెత్తుకుంటే వాడికో సదుపాయం ఉంటుంది. వాడిదగ్గర తురఫు ఆసు ఉంటే సాధారణంగా అదే ఆడతాడు. అన్నింటిలోకి ఆసు పెద్దది. తురఫు ఆసు అయితే ఇంక తిరుగులేదు. మిగిలిన అందరూ వాళ్లదగ్గర తురఫు ముక్కలు ఉంటే వాళ్ళు వెయ్యక తప్పదు. ఉదాహరణకి ఎత్తుకున్నవాడు తురఫు ఆసు వేస్తే ఇతరులు నలుగురు మాత్రమే తురఫు వేసేరు అనుకుందాం. ఒకడి దగ్గర తురఫు రంగు లేకపోవడం వల్ల మరొక రంగు ముక్క వేసేడనుకుందాం. అప్పుడు వాడు 'చెల్లా' వేసేడంటాం.

ఇప్పుడు ఒక పట్టు ఆట ఎత్తుకున్నవాడికి వచ్చింది.

ఒక్కసారి ముక్కల వరస గుర్తుట్టేపెట్టుకోండి. ఆసు, రాజు, రాణి, జాకీ, పది... రెండు వరకూ. ఇందాక ఆట ఎత్తుకున్నవాడికి తురఫులు ఆసు, రాణి, పది, 5, 4, మరో రంగు ఆసు , మరో రంగు 8 ,7 ఉన్నాయనుకోండి. మరో రంగు ఆసుని 'మారాసు' అంటారు. చిన్న ముక్కల్ని 'ఫాల్తు' ముక్కలూ లేక 'పొళ్లు'(పొడి ముక్కలు) అంటారు. వాడి దగ్గర ఆరు పట్ల ఆట ఉంది(తురఫులు ఐదూ ఐదు పట్లు గానూ, మారాసు మరో పట్టు గానూ లెక్కెట్టాలి. కానీ తురఫులు అన్నింటికీ పట్లు రావు). వాడి పట్లులో ఒక పట్టు పోయినా ఇంకా వాడికి ఆట ఉంది. రెండు పట్లు పోతే 'బేస్తు'అవుతుంది. మూడు పట్లు పోతే 'కుదేలు' అవుతుంది.

ఆట ఎత్తుకున్న వాడు తురఫు ఆసు ఆడీసేడు. 4 తురఫు ముక్కలు పడ్డాయి.

ఒకటి 'చెల్లా' పడింది. తురుపు రాజు, తురుపు జాకీ పడలేదనుకోండి. ఇప్పుడు మిగిలిన మొత్తం తురుపులు ఎనిమిది. అందులో నాలుగు ఎత్తుకున్నవాడి దగ్గరే ఉన్నాయి. ఒకడి దగ్గర తురుపు లేనే లేదు. అంటే మిగిలిన ముగ్గురు దగ్గరా కలిపి 4 తురుపులు ఉన్నాయి. రాజు, జాకీ , మరో రెండు ముక్కలూ. పైవాడి దగ్గర ఉన్న రాజు 'ఉఖుం' . అంటే మిగిలిన ముక్కలలో పెద్దది. Sure గా పట్టొచ్చేది. ఆసు వేసి పట్టు తీసుకున్న వాడికి ఇప్పుడు ఏ ముక్క ఆడాలో పెద్ద సందేహం. తురుపు రాణి ఆడితే, పై వాళ్లలో రాజు, జాకీ ఒకడి దగ్గరే ఉంటే, వాడు రాజు వేసి పట్టు తీసుకుంటాడు. వాడి జాకీ 'ఉఖుం' అవుతుంది. అంటే రాజు, జాకీలు రెండింటికీ పైవాడికి పట్లు పట్లు ఇచ్చేయ్యాలి. అప్పుడు ఆట ఎత్తుకున్న వాడికి మిగ్లైన రెండు తురుపులకీ, మారాసుకీ పట్లు వచ్చినా, మొత్తం నాలుగే పట్లు వచ్చి 'బేస్తు' అవుతుంది. అదే రాజు ఒకరి దగ్గరా, జాకీ ఒకళి దగ్గరా, మిగిలిన రెండు ముక్కలూ మరోదగ్గరా ఉంటే, ఎత్తుకున్న వాడు తురుపు చిన్న ముక్క ఆడితే రాజు, జాకీ, మరో ముక్కా పడతాయి. ఆ పట్టు పోయినా, ఇంకా ఆట గెలుపుకు అవకాశం ఉంది. కొన్ని పరిస్థితుల్లో ఈ ఆట కుదేలు కూడా అవ్వొచ్చు. అందులోకి మనం వెళ్లొద్దు.

కోత, పైకోత అంటే చూద్దాం.

❖❖❖

పేకాట - 4

ఉదాహరణ తీసుకున్న ఆరుగురి ఆటలోనే ఆట ఎత్తుకున్న వాడిది చేతివరస కాకుండా మధ్య చెయ్య అనుకోండి. ఎత్తుకున్నవాడికి మారాసుకి కూడా పట్టు వస్తేనే ఆట అయ్యేపరిస్థితి. తురుపు ఇస్పేటు అనుకోండి. మారాసు ఆఠీను అనుకోండి.

చేతివరస వాడు ఒక ఆఠీను ముక్క ఆడేడనుకోండి. ఎత్తుకున్న వాడు ఆసు వేస్తాడు. ఆ పక్కవాడి దగ్గర ఆఠీను లేదు కాని చిన్న తురుపు ముక్క ఉందనుకోండి. వాడు ఆ ముక్క వేస్తే కోత కోసినట్టు. ఇప్పుడు మారాసు పట్టు ఎత్తుకున్న వాడికి

పోయింది.

ఒకరు చిన్న ముక్కతో కోత పెడితే, అంతకన్నా పెద్దతురపు ముక్క మరొకడు వేస్తే దాన్ని 'పైకోత' అంటారు.

ఇప్పుడు డబ్బుల లెక్క చూద్దాం. ఇది కొంచెం complicated వ్యవహారం.

ఆరుగురు ఆడుతున్నారు అనుకోండి. ఆటకి10 రూపాయలు పెట్టుకున్నారు అనుకోండి. ఎత్తుకున్న వాడు ఆట గెలిస్తే మిగిలిన ఐదుగురు పదేసి రూపాయలు ఇస్తారు.

అది ఎన్నోఎత్తు ఆట అయినా ఇచ్చే డబ్బు అంతే.

బేస్తులూ, బేస్తుమీద బేస్తులూ, బేస్తుమీద కుదేళ్లు –ఈ లెక్కలు కొంచెం క్లిష్ట మయినవి.

ఆరుగురు ఆటగాళ్లు ఆటపిక్క 10 రూపాయలు పెట్టుకుంటే, ఒకటో ఎత్తు— రెండో ఎత్తు బేస్తు (చిన్నబేస్తు) 60 రూ. మూడో ఎత్తు బేస్తు(పెదబేస్తు) అయితే 120 రూపాయలు. ముగ్గురు వరసగా మూడో ఎత్తు ఎత్తి బేస్తులు పెడితే మొదటివాడి బేస్తు 120, రెండోవాడిది 360, మూడోవాడిది 1080 రూపాయిలు- మొత్తం 1560 రూపాయిలు అవుతుంది. మూడు బేస్తులు అయితే (ముబ్బేస్తు) అందరూ పంచుకుంటారు . బేస్తు పెట్టిన వాళ్ళకి కూడా వాటా వస్తుంది.

రెండు పెదబేస్తుల మీద పెద్ద కుదేలు అనుకోండి. కుదేలు పెట్టిన వాడు 1560 రూపాయలు మిగతా ఐదుగురికి పంచుతాడు. వాడికి వాటా ఉండదు. ఒక్కొక్కరికి 310 రూపాయిలు పంచి 10 రూపాయిలు దోఆసులు కింద అట్టేపెడతాడు. కింద రెండు బేస్తులూ అలాగే ఉంటాయి.

ఈ రోజుల్లో ఎవరూ ఈ ఆట ఆడటం లేదు. కాని ఆడితే stake 100 రూపాయలు కూడా ఆడతారు. అలాంటప్పుడు ముబ్బేస్తు 15600 రూపాయలు అవుతుంది.

ఆట ఎత్తుకున్న వాడికి వ్యతిరేకంగా మిగిలిన వాళ్లు ఒక team కాబట్టి,

team లో ఒకరు చేసిన పొరపాటు వల్ల ఎత్తుకున్న వాడికి బేస్తు కావలసిన ఆట పూర్తి విజయంతో ముగియవచ్చు. రెండు పెదబేస్తులు కిందనుండి, ఎవరైనా మూడో ఎత్తు ఎత్తినపుడు ఒక పొరపాటు team member చేస్తే ఎంత గొడవ వుతుందో ఉహించండి.

గురజాడ 1900 ప్రాంతాలలో రెండు రూపాయలు పేకాటకు పట్టుకెళ్ళినట్టు చాలా సార్లు డైరీలో రాసేడు. ఎనిమిదేళ్లకోసారి డబ్బు రెట్టింపయితే ఇప్పుడు (2018 లో) సుమారు 60 వేల రూపాయలు తీసుకెళ్లినట్టు లెక్క. గురజాడ నందిపిల్లిలో పేకాట ఆడడం 1886 లేక 1887 జనవరి పండగల్లో కావాలి. దీన్నిబట్టి ఆ ఆటలో ఎంతడబ్బు పెట్టి ఆడేవారో ఊహించొచ్చు

ఉపసంహారం

పేకాట ఆడేవాళ్ళకు కొన్ని common sentiments ఉంటాయి. ఉదాహరణకు ఆట ఆటకుండా పక్కన కూర్చుని చూసేవాళ్ళు మోచేయి నెలకు ఆన్చి పెట్టడం bad sentiment. ఆటబాగా గెలుస్తున్నవాళ్ళు bladder నిండిపోయినా లఘుశంఖ తీర్చుకోరు. 'సిరి'పోతుందని భయం!

ఆట గాళ్ళు నిశ్శబ్దంగా ఆడరు. ఎదో వాగుతూనే ఉంటారు. ముఖ్యంగా అగ్రహారాల్లో ఉంటే వెటకారాలు ఆనాడు వాళ్ళ సంస్కృత భాషా పాండితీ ప్రకర్షణకు ఉదాహరణలు. బూతుతిట్లు కూడా సంస్కృతంలోనే! ఎక్కడో ఇలాంటి సందర్భంలోనే గురజాడకూ నందిపిల్లి వాళ్లకూ గొడవొచ్చుంటుంది. అప్పుడే కన్యాశుల్కం నాటకానికి గురజాడ మదిలో బీజం పడుంటుంది.

ఆ విధంగా గురజాడ భవిష్యత్తు వ్యవహారభాషోద్యమానికి నందిపిల్లిలో పేకాడే అఱుగుల మీద బీజం పడుంటుంది.

గురజాడ, కన్యాశుల్కం నాటకం చరిత్రలో శాశ్వత స్థానం సంపాదించుకున్నాయి. అందులో ఓ చిన్నచోటు నందిపిల్లి అగ్రహారం అఱుగులుకీ ఉంది. కాని ఇప్పుడు దక్కలేదు. ఆవిషయం తెలిపి, ఆ స్థానం కలిపించే ఒక చిన్న ప్రయత్నమే ఈ రచన.

సర్వేజనాసుఖినోభవంతు.

ఉపయుక్త గ్రంథాలు

1) కన్యాశుల్కము - గురజాడ అప్పారావు

(రెండవ కూర్పు: వావిళ్ళ రామస్వామి శాస్త్రుల్లు & సన్స్1909)

https://archive.org/details/kanyasulkam_gurajada_apparao/page/n105/mode/1up

2) గురుజాడలు - మహాకవి గురజాడ అప్పారావు సమగ్ర రచనలు

మనసు ఫౌండేషన్ సహకారంతో ఎమెస్కో ప్రచురణ 2012

3) గురజాడ అప్పారావు గారి జీవిత చరిత్ర

రచయిత: వసంతరావు బ్రహ్మాజీరావు, బి. ఎ. బి.ఎల్

విజయనగరం

ప్రచురణ: విజయభావన & సాహితీమిత్ర సమాఖ్య

విజయనగరం - 2001

4) మాటామంతీ - అవీ ఇవీ(ఇంగ్లీషుకు తెలుగు)

రచన: గురజాడ అప్పారావు

సంకలితము: అవసరాల సూర్యారావు

విశాలాంధ్ర ప్రచురణాలయం

1958

గురుజాడలు

గురజాడ
కన్యాశుల్కం

మాటా మంతీ
అవీ : యివీ
గురజాడ అప్పారావు
అవసరాల సూర్యారావు
విశాలాంధ్ర ప్రచురణాలయం
విజయవాడ

గురజాడ అప్పారావు గారి
జీవిత చరిత్ర
రచయిత : శ్రీ వసంతరావు బ్రహ్మజీరావు
విజయనగరం.

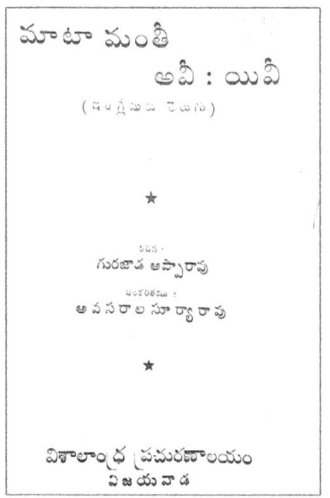

రచయిత పరిచయం

వృద్ధుల కళ్యాణరామారావు

వయస్సు: 74

తలిదండ్రులు: కీ. శే. వృద్ధుల పార్వతీశం;
కీ.శే. వృద్ధుల రాజేశ్వరి

భార్య: వృద్ధుల (పేరి) విజయలక్ష్మి

స్వగ్రామం: పెదనందిపిల్లి అగ్రహారం, ప్రస్తుత
అనకాపల్లి జిల్లా (పూర్వ విశాఖపట్నం జిల్లా)

వృత్తి: న్యాయవాది, గత 50 ఏళ్లుగా

ప్రవృత్తి: సాహిత్యం. వ్యవస్థాపక అధ్యక్షుడు, సాహిత్యసురభి, విశాఖపట్నం

విద్యార్హతలు: M.A (తెలుగు)

M. A (పబ్లిక్ అడ్మిన్)

M. Com

M. L.

ప్రత్యేక బహుమతి: Gold Medal awarded by the Andhra University
for securing First Class First in 1972)

శాశ్వత చిరునామా:

వృద్ధుల కళ్యాణరామారావు

న్యాయవాది

దేవాడ అగ్రహారం

కొత్తవలస మండలం

విజయనగరం జిల్లా

ఆంధ్రప్రదేశ్ – 535183